முத்தியம்மா

கே.வி.ஷைலஜா

முத்தியம்மா	:	கட்டுரைகள்
ஆசிரியர்	:	கே.வி.ஷைலஜா
	:	© ஆசிரியருக்கு
முதற்பதிப்பு	:	டிசம்பர் 2016
அட்டை வடிவமைப்பு	:	பகலவன்
வெளியீடு	:	வம்சி புக்ஸ்
		19, டி.எம்.சாரோன்,
		திருவண்ணாமலை - 606 601
		9445870995, 04175 - 235806
அச்சாக்கம்	:	மணி ஆப்செட், சென்னை - 600 077
விலை	:	₹ 100/-
ISBN	:	978-93-84598-37-2

Muthiyamma	:	Articles
Author	:	K.V.Shylaja
	:	© Author
First Edition	:	December - 2016
Cover Design	:	Pagalavan
Published by	:	Vamsi books
		19.D.M.Saron,
		Tiruvannamalai - 606 601
		9445870995, 04175 - 235806
Printed by	:	Mani Offset, Chennai - 600 077
	:	₹ 100/-
ISBN	:	978-93-84598-37-2

www.vamsibooks.com - e-mail: vamsibooks@yahoo.com

அன்பின் பேரரசியான என் முத்தரசிக்கு...

உள்ளே.....

முத்தியம்மா	13
நினைவில் காடுள்ள மிருகம் நான்	20
நாங்கள் விழுதுகளாய் இருக்கிறோம் அப்பா	23
இரத்த நாளங்களில் ஊறிக்கிடக்கும் ஆசிரியம்	36
சாம்பனிலிருந்து பூத்த மலர் உமா ப்ரேமன்	44
மெகா ஸ்டார் மம்முட்டியின் எளிய...	51
உணவென்பது வயிற்றை நிறைப்பதல்ல...	59
பொத்தி வைத்துக் காத்திருந்த அபூர்வ நிமிடங்கள்	64
என்னுள் தகிக்கும் இயலா பயணங்கள்	68
வாழச்சொல்லித் தருகிறதா நம் கல்வி	72
கையிலிருந்து தவறவிட்ட சூரியன்	77
மலைதான் எங்கள் அடையாளம்	83
வெற்றுக் கூடாரமாகும் வசிப்பிடங்கள்	87
நினைவலைகள்	92

புனைவை நோக்கிய பயணம்

'இலக்கியத்தின் அடிப்படையே மானுடத் துயரம்தான்; உனக்கு நிகழும் நல்லனவற்றில் நீ பெற்றுக்கொள்ள பெரிதாக ஏதும் இருப்பதில்லை' என்பது மெக்கார்த்தியின் புகழ்மிக்க கூற்று. 'என்னை அடிச்ச கைதான்டா முதல்ல குழிக்குள்ள போகும்' என ஆங்காரத்துடன் சொல்லும் முத்தியம்மாவின் அறிமுகத்துடன் துவங்குகிறது இந்தத் தொகுப்பு. ஒரு புனைவாசிரியன் விரித்து நாவலாக எழுத சாத்தியமுள்ள வாழ்க்கைச் சித்திரம். பெண்ணின் கதறலும் கையறு நிலையும் ஆணை மேலும் மேலும் வெறி கொள்ளவே செய்கிறது எனும் ஷைலஜாவின் வரி மேலும் வாசிப்பை நகரவிடாமற் செய்கிறது. சட்டென நினைவு நிர்பயாவை நோக்கி, உடுமலை சங்கரின் மனைவியை நோக்கிச் சென்று திரும்புகிறது.

இது இன்னொருவரின் நோஸ்டால்ஜியா என வாசிப்பவரை தேங்கிவிடச் செய்யாமலிருக்க, தனி அனுபவத்தைப் பொது அனுபவமாக விரிக்கக் கூடிய மொழி வல்லமை வேண்டும். இக்கட்டுரைகளில் ஷைலஜாவின் துல்லியமான சித்தரிப்புகளும், கச்சிதமான கவித்துவமான சொற்றொடர்களும் அதைச் சாத்தியப்படுத்துகிறது. தன் ஆசிரிய அனுபவத்தினைச் சொல்லும் கட்டுரையின் இறுதி வரிகள் அதை நமக்குச் சொல்கிறது 'நிலவு எப்போதும் அழகாய்தானிருக்கிறது, தண்ணென்றிருக்கிறது'

தொகுப்பின் மிக முக்கியமான கட்டுரைகளுள் ஒன்று உமா பிரேமனைப் பற்றியது. இவரது எட்டு வயதில் அம்மா இன்னொருவனுடன் ஓடிப்போய் விடுகிறாள். இவரே அப்பாவை வற்புறுத்தி மறுமணம் செய்துகொள்ளச் செய்கிறார். புதிய சித்தியுடன் ஒத்துப் போகவில்லை. குருவாயூருக்குச் சுற்றுலா போன இடத்தில் ஓடிப்போன தாய் அங்கிருப்பதறிந்து தேடத் துவங்குகிறாள். திரும்பி வந்த தாய் நீதிமன்றத்தில் வழக்காடி மகளை அவரது தந்தையிடமிருந்து பிரித்துச் செல்கிறார். இதல்ல க்ளைமாக்ஸ். அன்பொழுகக் கூட்டிச் சென்ற தாய் உமாவை ஒரு கிழட்டுப் பணக்காரனுக்கு நான்காவது மனைவியாக்குகிறாள். காசநோயாளியான அவன் அவளை வதைக்கிறான். இதுவும் க்ளைமாக்ஸ் அல்ல. திடீரென பணக்காரக் கிழவன் இறந்து போகிறான். தன் மொத்த சொத்துகளையும் உமாவின் பெயரில் எழுதிவைத்துவிட்டு. அந்தக் கணத்திலிருந்து துவங்குகிறது உமா சேச்சியின் தனி ஆளுமை. உறுப்பு தானம், மலைவாழ் மக்களின் நலவாழ்வு எனத் தன்னை நாலாபக்கமும் விரித்துக்கொண்டு இன்று கேரளத்தின் மிக முக்கிய ஆளுமையாக அவர் உருவானதன் சித்திரம் ஒரு வி.கே.பிரகாஷின் திரைப்படத்தைப் பார்ப்பதைப் போன்ற அனுபவத்துடன் ஷைலஜாவால் சித்தரிக்கப்பட்டுள்ளது.

சாப்பிடுவதற்காகவே வாழ்வது எனும் கொள்கையுடைத்தவன் யாம். தமிழகத்தை நாவால் நக்கியறிந்தவன் என ஜெயமோகன் கிண்டலாகச் சொல்வதுண்டு. நானறிந்திராத இரு உணவகங்களைப் பற்றிய குறிப்பு இந்நூலில் வருகிறது. சென்னை விஸ்வநாதன் மெஸ்ஸையும், அரூர் சுவேதா ஹோட்டலையும் ஷைலஜா சித்தரிக்கும் விதத்திலேயே நாவின் சுவை மொட்டுக்கள் ஒவ்வொன்றும் கிளர்த்தெழுந்து, 'கிளம்புடா கைப்புள்ள...!' என குதியாட்டம் போடுகின்றன. ஒண்ணுக்குள்ள ஒண்ணு - பரோட்டோ மேல் ஒரு முட்டை அதற்கு மேல் ஒரு பரோட்டோ; ரெண்டுக்குள்ள ஒண்ணு இரு முட்டைக்கு நடுவே ஒரு பரோட்டோ எனும் வகைமை இருப்பதை

வாசித்த தருணம் 'தமிழேன்டா..!' என சேட்டு அண்ணனை மனதிற் தொழுது கொண்டேன். ஒரு பொன்னாடையுடன் அரூர் செல்வது இந்தாண்டின் பயணத் திட்டங்களுள் ஒன்று.

மூன்று வருடங்களுக்கு முன்பு முதன்முறையாக திருவண்ணாமலை கல் வீட்டில் தங்கிச் சென்ற அனுபவத்தை என் வலைதளத்தில் 'சதுப்புநிலக் குறிப்புகள்' எனும் பெயரில் எழுதியிருந்தேன். பவா குடும்பத்தாரின் இயல்பென்பது அந்நிலத்தின் இயல்பே. சதா ஈரத்தோடே இருக்கும் நிலம். வாங்கக் குடம் நிறைக்கும் வள்ளற் பெரும்பசுக்கள் போல சதா எதையாவது கொடுத்துக்கொண்டே இருக்கும் நிலம். அந்த நிலத்தைத் தேடி அன்பிற்காக ஏங்கும் மனிதர்கள் வந்துகொண்டே இருப்பார்கள். கனவிலும் தன்னைச் சுமையெனக் கருதா ஒரு குடும்பம் மண்ணில் இருக்கிறதென்பது கலைஞர்களுக்குப் பெரிய ஆசுவாசம். அதுவே பாலுமகேந்திரா துவங்கி இன்றைக்கு எழுதத் துவங்கியிருக்கிறவர்கள் வரை திருவண்ணாமலையை நோக்கி ஈர்க்கிறது. அப்படி இவர்களின் வாழ்க்கைக்குள் நுழைந்து இவர்களைத் தவிக்கவிட்டுச்சென்ற பாலுமகேந்திரா, நா. முத்துக்குமார் போன்றவர்களைப் பற்றிய ஷைலஜாவின் நினைவலைகள் நம்மையும் துக்கம் கொள்ளச் செய்கின்றன.

பொதுவாக என்னை, பெண்ணெழுத்துக்களை நெருங்க விடாமற் செய்துவிடுகிற இரண்டு பிரதான விஷயங்கள் மிகையான உணர்ச்சிகள், சூழலில் தேய்ந்து கிழிந்து போன செயற்கையான சொற்பிரயோகங்கள். இரண்டும் இந்த பதினான்கு கட்டுரைகளில் இல்லை. ஓரிடத்தில் மனசில் ஏறின பாரத்திற்கு அளவீடில்லை என்கிறார். அளவில்லை எனும் பொதுப்பதத்தை அளவீடில்லை என மாற்றிய கணத்தில் ஷைலஜா எனக்கு முக்கியமான எழுத்தாளராகப் படுகிறார்.

ஷாஜிக்குமாரின் 'நான் குடிக்கும்போது ரிஸ்க் எடுப்பதில்லை' எனும் வெடிச்சிரிப்பு கவிதையின் மொழிபெயர்ப்பும், பாலுமகேந்திரா

அஸ்வதி கிருஷ்ணாவிற்கு அளித்த மனம் திறந்த பேட்டியொன்றின் மொழியாக்கமும் இந்தச் சிறுநூலை வாங்கும் வாசகர்களுக்கான இலவசப் பரிசுகள் என்பேன் நான்.

மொழிபெயர்ப்பாளராக மட்டுமே நானறிந்த ஷைலஜாவின் மொழி வல்லமை துலங்கி வந்திருக்கும் இக்கட்டுரைகள் அடுத்து அவர் எழுத வேண்டியது புனைவுகளே என்பதைப் பறைசாற்றுகின்றன. வாசகி, அண்ணி, அக்கா, அன்னை, ஆசிரியை, விவசாயி, பதிப்பாளர் என அவரெடுத்த பெண்ணின் பெருந்தக்க வடிவங்களில் எழுத்தாளர் என்பதும் முக்கியமானதாக அமையவேண்டுமென்பது என் ஆவல்.

என் அக்காவும் அண்ணியுமான ஷைலஜாவிற்கு வாழ்த்துக்கள்!

செல்வேந்திரன்

நன்றியில் நெகிழ்ந்து

என் முத்தியம்மா சொன்ன கதைகளில் வளர்ந்தவள் நான். அவள் ஏற்றிய உரம்தான் என்னுடையது. அவள் பெயரில் புத்தகம் போட்டு அவளுக்கே கொடுக்க ஆசைப்படுகிறேன்.

இந்த தொகுப்பின் பல கட்டுரைகள் பல காலவெளிகளில் எழுதப்பட்டு தொகுக்கப்பட்டது. அந்திமழையில், உயிர்மையில் என. நண்பர் அந்திமழை அசோகன் இல்லையெனில் இதன் சில கட்டுரைகள் சாத்தியமில்லை. எழுதத் தூண்டிய அவருக்கு இந்த நேரத்தில் என் அன்பும் நன்றியும்.

இந்தக் கட்டுரைகளும் அதற்கான என் வாசகர்களும் என்னை புனைவை நோக்கி நகர்த்த வேண்டும் என்று மனதார விரும்பி முன்னுரை தந்த தம்பி செல்வேந்திரனுக்கும் நன்றி.

எழுத்தாளர்களை விட வாசகர்களே வரிகளைக் கொண்டாடுகிறார்கள். நுட்பங்களைக் கண்டடைகிறார்கள். படைப்பாளியைத் தாங்குகிறார்கள். ஒரு எழுத்தாளனுக்கு ஒரு வாசகர் அல்லது வாசகி கிடைத்தால் போதும், கிறங்கிக் கிடக்க. அப்படித்தான் என் முத்தரசி எனக்கு. அவள் அன்பில் கிறங்கித்தான் கிடக்கிறேன், போதும் இந்த வாழ்வு அர்த்தப்பட.

எளிமையான அன்போடு,
ஷைலஜா

கே.வி.ஷைலஜா

கேரளாவைப் பூர்வீகமாகக் கொண்டிருந்தாலும் தமிழ்ச் சூழலிலேயே வாழ்க்கையைத் தகவமைத்துக்கொண்டவர். இலக்கிய வாசிப்பு அடுத்த கட்டத்துக்கு நகர்த்த, மொழிபெயர்ப்புப் படைப்புகளைத் தரத் தொடங்கினார்.

மளையாளக் கவிஞர் பாலச்சந்திரன் சுள்ளிக்காடு எழுதிய சிதம்பர நினைவுகள் கட்டுரைத் தொகுப்பு மொழிபெயர்க்கவே, பேச மட்டும் தெரிந்த தாய்மொழியான மலையாளத்தை வாசிக்கவும் கற்றுக் கொண்டார்.

அதன்பிறகு என்.எஸ்.மாதவன், திரைக்கலைஞர் மம்முட்டி, கெ.ஆர்.மீரா, கல்பட்டா நாராயணன், சிஹாபுதின் பொய்த்தும்கடவு, எம்.டி.வாசுதேவ நாயர் ஆகியோரது படைப்புகளையும் மொழிபெயர்த்திருக்கிறார்.

கலை இலக்கியப் பேரவை விருது, திருப்பூர் தமிழ்ச் சங்க விருது, கனடா தோட்ட விருது பெற்றிருக்கிறார்.

வம்சி புக்ஸ் என்ற பதிப்பகம் தொடங்கி நானூறுக்கும் மேற்பட்ட புத்தகங்களைப் பதிப்பித்திருக்கிறார். ஐந்து புத்தகங்களுக்குத் தமிழக அரசின் சிறந்த பதிப்பாளருக்கான விருதினைப் பெற்றிருக்கிறார்.

இவருடைய சிதம்பர நினைவுகள் மற்றும் தென்னிந்தியச் சிறுகதைகள் தமிழகத்தின் சில கல்லூரிகளில் பாடமாக வைக்கப்பட்டிருக்கின்றன.

மொழிபெயர்ப்புகள் :

கட்டுரைகள் :

1. சிதம்பர நினைவுகள் - பாலசந்திரன் சுள்ளிக்காடு
2. மூன்றாம் பிறை - மம்முட்டி (வாழ்வனுபங்கள்)

சிறுகதைகள்:

3. சர்மிஷ்டா - என்.எஸ்.மாதவன்
4. சூர்ப்பனகை - கெ.ஆர். மீரா
5. யாருக்கும் வேண்டாத கண் - சிஹாபுதின் பொய்த்தும்கடவு

நாவல் :

6. சுமித்ரா - கல்பட்டா நாராயணன்
7. இறுதி யாத்திரை - எம்.டி.வாசுதேவ நாயர்

தொகுப்பு நூல்கள் :

8. பச்சை இருளனின் சகா பொந்தன் மாடன்
    (தமிழ் - மலையாளச் சிறுகதைகளின் தொகுப்பு)
9. தென்னிந்தியச் சிறுகதைகள்
    (தமிழ் - மலையாள -கன்னட - தெலுங்குச் சிறுகதைகளின் தொகுப்பு)

கணவர் : எழுத்தாளர். பவா செல்லதுரை

பிள்ளைகள் : மகன் வம்சி, மகள் மானசி

வீடு :19.டி.எம்.சாரோன், திருவண்ணாமலை

பேச : 9445870995

எழுத : kvshylajatvm@gmail.com

முத்தியம்மா

பாலக்காட்டிலிருந்து கோழிக்கோட்டிற்குச் செல்லும் நெடுஞ்சாலையில் ஆறேழு கிலோமீட்டருக்கப்பால் தனியே பிரியும் பிரதேசமது. வேறொரு பிரதேசம். காடும், மலையும், கொஞ்சம் போல நிலமும், மலம்புழா அணையிலிருந்து வழியும் வாய்க்காலுமாய்க் கடவுள் தனக்கெனப் படைத்துக்கொண்ட சொந்த தேசத்தில் அவளுக்கு மட்டும் வலியையும் வறுமையையும் தின்றுதின்று வற்றி வளர்ந்த தேகம் வாய்த்திருந்தது. கேரளப் பாரம்பரிய உடையான வெள்ளைநிற முண்டும் ஜாக்கெட்டும் அணிந்து ஓர் ஒற்றை மேல் துண்டுடன் இளமையின், தேங்காய் எண்ணெயின் பளபளப்பில் வளர்ந்த அடர்ந்த கூந்தல் வெண்பஞ்சாய் அலைஅலையாய் அவள் முதுமைக்கு வழிவிட்டிருந்தது.

அன்று அவள் காலையிலிருந்து யாரிடமும் பேசவில்லை, சாப்பிடவில்லை. வெறுமனே ஈசிசேரில் படுத்துக் கிடந்தாள். எங்களின் பல மாலைகளைச் சோகமாக்கிய, கலவரப்படுத்திய, கோபப்படுத்திய அவளின் வாழ்வனுபவங்கள் கண்களின் வழியே காட்சிகளாய் ஓடிக் கொண்டேயிருக்கின்றன.

நாங்கள் எல்லோருமே வயது வித்தியாசமின்றி அவளை முத்தியம்மா என்றே கூப்பிடுவோம். அம்மாவின் அம்மா. கல்யாணி.

குழந்தையாய் இருக்கும்போதே அப்பாவை இழந்த எங்களுக்கு அவளே அப்பா, உலகை தைரியமாய் எதிர்கொள்ளக் கற்பித்த பெண்மையின் உச்சம், அறிவுச்சுடர், எதன் மீதுமான தீர்க்கமான பார்வை, தெளிவான பகிர்தல், அவளே எங்கள் எல்லோருக்குமான ஏழாம் அறிவு.

அன்றும் கூலி வேலைக்குப் போகத் தயாராகிக் கொண்டிருந்த அவளையும் தன் மூன்று குழந்தைகளையும் சேர்த்து அடித்து நொறுக்குகிறான் கணவன். குழந்தைகள் மேல் அடி விழக்கூடாதென அத்தனையையும் அவளுடைய உரமேறிய சரீரத்தில் ஏற்றுக் கொள்கிறாள். முரட்டுத்தனமான அடியில் கைவிரலிலிருந்து ரத்தம் சொட்டுச் சொட்டாய் சாணித் தரையை மேலும் கருமையாக்குகிறது. ஆனாலும் அவள் அழவில்லை. அமைதி காக்கிறாள். அதுவே அவனை மேலும் உக்கிரமாக்குகிறது. சோறு வடித்து வைத்திருக்கும் மண் பானையைச் சுடு சோற்றுடன் தலையில் போட்டு உடைக்கிறான். மேலும் முக இறுக்கம் கூடி வலி தாங்குகிறாள்.

''வீட்டைவிட்டுப் போயிடு, சாய்ந்தரம் வர்றதுக்குள்ள உங்க அம்மா வீட்டுக்குப் போலன்னா, கெணத்திலத் தூக்கிப் போட்டுட்டு விழுந்து செத்திட்டான்னு உன் அண்ணன்ட்ட சொல்லிடுவேன்''

''...............''

''சாப்பாட்டில வெஷம் வச்சிடுவேன்''

''...............''

''அடிச்சே கொன்னுடுவேன்''

அவள் காத்த பேரமைதியும் அவனின் கையாலாகாத்தனமும் ஒன்றுசேர குழந்தைகள் கதறக்கதற அவளை வெளியே இழுத்துத் தெருவில் தள்ளிவிட்டு, கதவைப் பூட்டிக்கொண்டு கிளம்பிவிடுகிறான்.

எந்தத் துயரத்தின் துரத்தலிலும் தன் பிஞ்சுக் குழந்தைகளைக் கூட்டிக்கொண்டு தாய் வீட்டிற்குப் போவதில்லை என்ற அவளின் மனக்கட்டுப்பாடு லேசாகக் குலைய ஆரம்பிக்கிறது.

அழகு பார்ப்பதற்கும் படுக்கையை அலங்கரிப்பதற்கும் மட்டுமே வேறொருத்தி தன் கணவனுக்குத் தயாராக இருக்கிறாள் என்பது அவள் அறியாததல்ல.சதா மழை கொட்டிக் கொண்டேயிருக்கும் காடுகளில் விறகு பொறுக்கி ஈரச்சுமை இடுப்பெலும்பு வரை கனக்க நடந்து வரும்போதும், கணுக்கால் சேற்றில் புதைய நிலத்தில் நாற்று நட, களையெடுக்க என குனிந்திருந்தபோதும், லேசாய் வெயிலடிக்கும் காலங்களில் ரைஸ்மில்லில் தவிட்டுமூட்டை தூக்கிப்போடும்போதும் தன் சக தொழிலாளி இதையெல்லாம் இவளுக்கு சொல்லியிருக்கிறாள். அப்படி சொல்பவர்களுக்கு ஒரு கசந்த புன்னகையை மட்டுமே தந்துவிட்டு அங்கிருந்து நகர்ந்து விடுவதையே பழக்கமாக்கியிருந்தாள் முத்தியம்மா. மனசு முழுக்கக் கொந்தளித்துக் கொண்டிருந்தாலும், மனதின் பிரளயம் வெளித் தெரியாதபடி கண்கள் மட்டும் தெளிவாய் ஒளியாய் பிரகாசித்தது.

வீட்டிற்கு வந்து கூரைக்கடியில் படுத்துக்கிடந்து யோசிக்கிறாள். நினைவுகளைக் கலவரப்படுத்தி பூகம்பமாய் மீண்டும் வீட்டிற்குள் நுழைகிறான் கணவன். பத்து மாதமான கைக்குழந்தையை மட்டும் விட்டுவிட்டு ஐந்தும் ஆறும் வயதான பெரிய பிள்ளைகளை கதறக் கதற இழுத்துக்கொண்டு வெளியேறுகிறான்.

''இதுங்க ரெண்டையும் நான் வளத்துக்கறேன், அந்தச் சின்ன சனியனை வச்சிகிட்டு நீ இங்க என்ன பண்ணப் போறேன்னு நானும் பாக்கறேன்''

முதல்முறையாக மௌனம் உதறுகிறாள்.

''நான் இப்பவே இங்கயிருந்து போயிடறேன், எம்புள்ளங்களை மட்டும் எங்கிட்டயே விட்டுடு. நானே கூட்டிட்டுப் போயி வளத்துக்கறேன்''

''பொண்டாட்டி புள்ளைங்கள விட்டுட்டு ஓடிட்டான்னு எனக்குக் கெட்ட பேர் வர்றதுக்கா? அதெல்லாம் ஒண்ணும் வேணாம். எனக்குதான இதுங்களைப் பெத்த? எனக்கு வளக்கத் தெரியும் போ''

செருப்பைக் கழற்றி அடிக்கிறான்.தோல் செருப்பால் விழுந்த அடியின் வலியும் மூக்கிலிருந்து கொட்டும் ரத்தமும் உச்சி மண்டையைத் தொடுகிறது. குழந்தைகளுக்காகச் செருப்பணிந்த கால்களைத் தன் உதிரத்தால் கழுவுகிறாள். பெண்ணின் கதறலும் கையறுநிலையும் ஆணை மேலும் மேலும் வெறி கொள்ளவே செய்கிறது. குழந்தைகள் கலவரப்பட்டு அலற அலற வெறிகொண்டு தாக்குகிறான். சுயநினைவின்றிப் போனவளைத் தள்ளிவிட்டுப் பெரிய குழந்தைகளை இழுத்துக்கொண்டு போகிறான். நினைவிழக்கும் முன்பு அவள் சொன்ன வார்த்தைகள் மட்டும் காலங்கள் கடந்தும் பின் தொடர்ந்து வந்து கொண்டேயிருந்தது.

''என்ன அடிச்ச கைதாண்டா மொதல்ல குழிக்குப் போகும்''

அவளுடைய நிராதரவைத் தகவலாய்க் கேட்டறிந்த அண்ணன் வந்து கட்டிக்கொண்டு அழுகிறான். ''பெத்த அவன் எப்படியும் வளத்துப்பான். பெரிசானா அவங்க உன்னத் தேடி வராம எங்கப் போப்போறாங்க? சின்னக் கொழந்தைய எடுத்துட்டு போலாம் வா'' என என்னென்னவோ சமாதானம் சொல்லி அவளைத் தாய் வீட்டிற்கு அழைத்துப் போகத் தயாராக்குகிறான்.

வெள்ளைக்கார ஏகாதிபத்தியம் கேரளாவிலும் எக்காளமிட்டுக் கொண்டிருந்த காலம். பெண்கள் எந்த வயதுடையவராக இருந்தாலும் தூக்கிக் கொண்டுபோய் மிலிட்டரி கேம்புகளை அகாலத்தில் அலற வைத்துக் கொண்டிருந்த சூழல். ஆண் வேடமிட்ட தங்கையையும் பத்து மாதக் குழந்தையைத் துணிமூட்டை மாதிரியும் கட்டிக்கொண்டு மிலிட்டரி கேம்ப்பின் தூர வெளிச்சம் தூக்குக் கயிற்றின் முடிச்சாய்ச் சுண்டியிழுக்காமல் மலைப்பாதைகளிலும், ஓடைகளிலும், சில்வண்டின்

இரைச்சலையும் கடந்து மின்மினிப் பூச்சிகளின் வெளிச்சத்திலேயே பாதை கடக்கிறார்கள் அண்ணனும் தங்கையும்.

15 வருடங்களைக் கடந்த பின்னும் தன் பெரிய பிள்ளைகளைப் பார்க்கவே முடியாமல் போகிறது அவளுக்கு. எங்கெங்கோ அலைகிறாள். குழந்தைகள் படிக்கும் பள்ளிகளுக்கு, புதிய வீட்டிற்கு, கணவனுடைய இரண்டாவது மனைவியின் காலடியிலெனக் கண்களின் தாய்மை தீயத்தீய எங்கெங்கு தேடியும் அவளால் தன் குழந்தைகளைப் பார்க்க முடியவில்லை.

தான் கையோடு தூக்கி வந்திருந்த கடைசி மகள்தான் என் அம்மா மாதவி. அம்மா என்னையும் சேர்த்து மூன்று மகள்களைப் பெற்றபின் அம்மாவின் இருபதாவது வயதில் என் அப்பா இறந்து போகிறார். அந்த ஊழிப்பேரலையின் பேரிரைச்சலைத் தாங்கமுடியாத அம்மாவுக்கு முத்தியம்மாவே அரணாகிறாள். தங்கையின் கணவன் இறந்த செய்தி எப்படியோ தெரிய வந்து அதுவரை பம்பாயிலிருந்த அண்ணன், முத்தியம்மாவின் ஒரே மகன் வந்து தாயின் பிள்ளைச்சோகத்தை மட்டுப்படுத்துகிறான். கூடவே தங்கியும் விடுகிறான்.

காலம் தன் கருணையற்ற முரட்டுக் கரங்களால் எல்லாவற்றையும் வாரி அணைத்தபடி ஓடிக் கொண்டேயிருக்கிறது. யாருடைய அழுகைக்கும், சந்தோஷத்திற்கும், சிரிப்புக்கும், கதறலுக்கும், துரோகத்துக்கும், உதாசீனத்துக்கும், நட்புக்கும், பகைமைக்கும் அது காத்திருப்பதேயில்லை.

40 வருடங்கள். எதிரிலிருந்து பார்ப்பவர்களுக்கு எப்படிப் போனதென்றே தெரியாமலும் வாழ்ந்து பார்ப்பவர்களுக்கு ஒரு பெரும் அனுபவத்தையும் விட்டுச் சென்றிருக்கிற கால இடைவெளி. மகன், மருமகள், பேரக்குழந்தைகள், விதவையான மகள், அவளுடைய மூன்று பெண்கள் என அந்த ஆலமரத்தினடியில் காலம் தீட்டிச் சென்ற

சித்திரங்கள் அலாதியானவை. எப்போதாவது மூத்த மகனைப் பார்க்கத் திருவண்ணாமலைக்கு வரும் கணவனின் ரத்தம் சுண்டிய பார்வையை ஒருநாளும் அவள் ஏறெடுத்ததுமில்லை, உதாசீனப்படுத்தியதுமில்லை. மௌனம் காத்தாள். மௌனம் மட்டுமே காத்தாள்.

கேரளாவின் ஏதோ ஒரு மூலையில் தன் இளமையை முழுமையாய் அனுபவிப்பதாய் இரண்டு மனைவிகளும் ஒன்பது குழந்தைகளுமாய் வாழ்ந்த கணவன் வலது தோளில் வளர்ந்த புற்றால் ரணப்பட்டு செத்தும் போகிறான். மரணத்திற்கு ஆறு மாதத்திற்கு முன்னால் அவன் வலது கை வெட்டியெடுக்கப்படுகிறது. எல்லாவற்றையும் செய்தியாக உள்வாங்கிக் கொள்ளும் முத்திம்மா ஒரு வறண்ட புன்னகையை மட்டுமே காலத்தின் முன் பதிலளிக்கிறாள்.

யாரிடமும் எதுவும் பேசாமல் ஈசிசேரில் படுத்திருக்கும் அவளிடம் நவீன வாழ்வில் வளர்ந்ததாய் எண்ணிக் கொண்டிருக்கும் கல்லூரி மாணவியான நான் கேட்கிறேன்.

''என்ன முத்தியம்மா காலைல இருந்தே சாப்பிடல? ஒண்ணும் பேச மாட்டீங்கறீங்களே?''

''ஒண்ணுமில்ல மகளே, பழசெல்லாம் நியாபகம் வந்திடிச்சு''

அவள் கண்களில் பாந்தமாய் எரியும் நெருப்பாய்க் கோட்டோவியங்கள் மின்னின. காலையிலிருந்தே மனதை அரித்துக்கொண்டிருந்த என் கேள்வியைத் தயங்கியபடியே கேட்கிறேன்.

''தாத்தா செத்திட்டார்ல்ல, நீங்க இன்னும் தாலியக் கழட்டலியே?''

இதுவரையிலான வாழ்வின் ஒட்டு மொத்த வேதனையையும் ஒற்றைப் பந்தாய்ச் சுருட்டி ஒரு பெருமூச்சு விட்டபடி சொல்கிறாள்.

''தாலியக் கழட்டணும்னா நாப்பது வருஷத்துக்கு முன்ன உங்க அம்மாவத் தூக்கிக்கிட்டு காட்டுவழியில மிலிட்டிரிக்காரனுக்கு பயந்து

மறஞ்சு மறஞ்சு வந்தேன் பாரு, அப்பக் கழட்டியிருக்கணும் மகளே. அப்பவே கழட்டல. இப்பக் கழட்டினா இத்தனை வருஷமும் அவனுக்காக வாழ்ந்ததாயிடும். அதனால கழட்டல. செத்தாலும் என்ன சுமங்கலியாவே அடக்கம் பண்ணிடுங்க''

அனுபவத்தின் ரணத்திலிருந்து தெளிவாய் வார்த்தைகள் பிசிறில்லாமல் அவளிடமிருந்து வருகின்றன.

அதன்பின் ஏழு வருடங்கள் கழித்து முத்தியம்மாவின் உடலைச் சிதையிலேற்றும்போது கவனித்தேன். வெள்ளரி விதைபோன்ற அவள் தாலி ஒரு கறுப்புக் கயிற்றில் அவள் கழுத்தில் புரண்டு கொண்டிருந்தது.

நினைவில் காடுள்ள மிருகம் நான்

இழப்பும் வலியும் எல்லா உயிருக்கும் எந்த வரைபட மக்களுக்கும் ஒன்றுதான். நினைக்கவே கூடாதென்று வலிய மறுத்தாலும் ஏதோ ஒரு புள்ளியின் ஒன்றுபடுதலில் அது பீறிட்டுப் பொங்கி ஆழிப் பேரலையாய் நம்மைக் காலடி மணல் அரித்துச் சடாலென வீழ்த்திவிடுகிறது. அந்த ஆக்ரோஷ வெள்ளத்தில் அடித்துச் செல்லப்பட்டு கரை ஒதுங்கி இறந்தாலும் பரவாயில்லை. உயிருடன் இருக்கிறோம், அதுதான் வாழ்வின் புதிர்.

என்னுடைய பால்ய நாட்களின் பெருங்கனவாய் இன்றும் பிஞ்சுக் கைகள் துழாவி நான் பயணித்துக் கொண்டிருப்பது கடவுளின் தேசமான என் ஆதிவேரின் ஈரவாசனையை நுகரத்தான். வாழ்வின் ஏதோ பெரும்சிக்கலில் மாட்டிக்கொண்டு அதன் மூலத்தைக் கண்டுபிடிக்கத் தெரியாமல் மாநிலங்களின் கோடழித்து நடந்து வந்த அப்பாவின் கைகளில் நானும் இறுகக் கட்டப்பட்டிருந்தேன். அந்தப் பயணம் எதுவரையென்று இப்போதும் தெரிந்திருக்கவில்லை.

ஒவ்வொரு முறையும் கேரளாவிற்குப் போகும் வருடத்தின் ஏதோ ஒரு நாளுக்காக எத்தனை நாட்கள் காத்திருந்திருக்கிறேன். அகாலத்தில் பெயர் தெரியாத பூச்சிகள் தரும் இசையில், இருளினூடே சீறிப்பாயும் பாசஞ்சர் ரயில் வண்டியின் சீரான தடதட சப்தத்தில் நான் மட்டும்

தூங்காமல் மழை பெய்து ஈரவாசனையுடனான மண்ணை மிதிக்கப்போகும் பரவச நிமிடத்திற்காகக் காத்திருப்பேன். இருள் பிரியாத அதிகாலையில் ரயிலிறங்கி சில்லென முகத்தில் அடிக்கும் ஈர்க்காற்றை முழுவதுமாய் உள்ளிழுத்து நுரையீரலெங்கும் நிரப்பி அம்மா, பாட்டி, அக்கா என எல்லோருமாக, பாக்கும் தென்னையும் ஏலமும் பாதைதர மலம்புழை அணையின் கால்வாய் வழியே நடந்து போனால் பாட்டி வீடு வரும். வருடத்தின் ஒன்பது மாதங்கள் பெய்யும் தொடர் மழையால் மண் பாதைகளும் ஓட்டு வீடும் எந்த ஓவியனுக்கும் எட்டாததொரு நிறத்திற்குத் தன்னை மாற்றியிருக்கும். பூஞ்சைக் காளான் லேசாய் வளர்ந்து தண்ணென்றிருக்கும் பாதைகளில் நடந்துகொண்டே தூரத்தில் மழைக்குத் தன்னைப் பனையோலைக் குடையால் முழுவதும் மூடிக்கொண்டு யாரோ ஒருவர் நடந்து போவதைக் காணலாம். இருட்டு விலகாத காலையில் அது தரும் அனுபவத்தை நீங்கள் பெற வேண்டுமானால் ஏங்கித் தவித்துக் காத்திருந்து கேரளாவிற்குப் போயாக வேண்டும்.

எங்களைப் பார்த்ததும் பாட்டி வீடு வேறொரு மனநிலைக்கு மாறும். 'கட்டங்காபி' சூடாக வரும். பெரியம்மா பச்சரிசி எடுத்துக் கழுவி, சுத்தம்செய்து அடுக்களையின் ஓரத்திலிருக்கும் உரலில் புட்டுக்கு இடிக்க ஆரம்பிப்பாள். பெரியப்பா தென்னை மரத்திலேறி நாங்கள் இதுவரை தமிழ்நாட்டில் பார்த்திராத மிகப் பெரிய அளவிலான இளநீர் வெட்டிக் கொடுப்பார். தாத்தா வெற்றிலைச் செல்லத்திலிருந்து வெற்றிலை எடுத்து, பாக்கு வெட்டிப் போட ஆரம்பிப்பார்.

சின்ன இளநீர் மாதிரியேயிருக்கும் பாக்கை நாங்கள் விளையாட எடுத்துக் கொள்வோம். பாக்குவெட்டியை வைத்து அதைச் சீவிப் போட, மழையினூடே கலந்து, மாட்டுச் சாணத்தின் வாசனையையும் முகர்ந்தபடி , வெற்றிலை நெடியேற குடிக்கும் காஃபியின் ருசியே தனிதான். சாப்பாட்டிற்காக சிகப்பரிசியைக் காலையிலேயே உலையில்

போட்டதால் அது கூரையிலிருந்து தரும் வாசமும் சேர்ந்து கிறங்கியே கிடந்திருக்கிறேன்.

பள்ளிக்கூடத்திற்குப்போகும் குழந்தைகள் எல்லோரும் குடையோடுதான் வருவார்கள். ஐந்து வயதும் ஆறு வயதுமான குழந்தைகள் குடையையும் பிடித்துக்கொண்டு மழையில் பாதி நனைந்து மலையிலிருந்து இறங்கி வரும் அழகினை எந்தப் புகைப்படக் கலைஞனாலும் முழுவதுமாக அள்ளிவர முடிந்ததில்லை. கால்களில் சிற்றோடைகள் நனைக்க அதைத் தாண்டித்தாண்டி நடந்து போவது வாழ்வின் அதி உன்னத நிமிடங்களுள் ஒன்று. ஒன்பது மாதத் தொடர்மழைக்குத் தன்னை ஒப்புக்கொடுத்த தேசம், பாசி பிடித்து வீட்டின் ஓடுகளெல்லாம் கரும்பச்சையாய் மாறி, பார்க்கும் திசையெங்கும் ஒருவித வசீகரச் செடிகள் மரங்களென கேரளாவே அழகுதான். இப்போதும் கேரளாவிலிருந்து வரும் நண்பர்கள் உறவினர்களின் பெட்டியிலிருந்து அவர்களறியாமல் அவர்களின் ஆடைகளை எடுத்து முகர்ந்து பார்த்து, அதிலிருந்து வரும் மழையின் மட்கிய வாசனையின் கைபிடித்து என் பால்யத்திற்குள் பயணித்துவிடுவேன்.

என்னுடைய வேர் பலகாலங்களுக்கு முன்னால் பிடுங்கி நடப்பட்டதுதான். ஊன்றி நிற்க இத்தனை ஆண்டுகள் தாராளம். ஆனாலும் ஆனாலும் இலையின் பச்சையங்களில், மரச்செறிவின் அடர்த்தியில், மண்ணின் அடுக்குகளில், வேரின் முடுச்சுகளில் இன்னுமின்னும் தவிப்போடு ஒரு உயிர் இருக்கிறது. அதன் தாகம் எதனாலும் தீராதது.

கண்களில் நீர்முட்ட, கவி சச்சிதானந்தனின் வரிகள் நினைவிற்கு வருகின்றன.

> "நினைவில் காடுள்ள மிருகத்தை எளிதில் பழக்க முடியாது
> என் நினைவில் காடுகள் இருக்கின்றன"

நாங்கள் விழுதுகளாய் இருக்கிறோம் அப்பா

''குட்மார்னிங் ஷைலு, நான் பாலு பேசறேன்''

ஒவ்வொருமுறை என் அலைபேசியில் அவர் பெயர் வரும்போதும் நான் பதற்றமாகிவிடுவேன். இயல்பாய்ப் பேசத் தொடங்க பத்து நிமிடங்கள் ஆகும். எவ்வளவு பெரிய ஆளுமை அவர். எத்தனை பேருக்கு ஆதர்ஷம், கனவு, வாழ்நாள் லட்சியம், தொலைதூரத்து ஏக்கம், மட்டுமல்ல தன் மைல்கற்களைத் தானே தாண்டிய ஒரு அபூர்வம், அதன்வழி சிந்தாமலிருக்கும் பூரணத்துவம்.

''ஷைலு என்னை அப்பான்னு கூப்பிடும்மா, மற்றவங்க என்னைக் கூப்பிடறதை விட நீ கூப்பிடனுன்னு ஆசையாயிருக்கம்மா'' என்ற அவரை அப்பா என்று என்னால் கடைசிவரை கூப்பிட முடிந்ததில்லை. ஒரு மஹா சமுத்திரத்தை எனக்குள் மட்டும் தேக்கி வைத்திட எனக்கு தைர்யம் வந்ததேயில்லை.

''நான் கௌம்பறேன் ஷைலம்மா'' என்று ஒவ்வொரு சந்திப்பின் முடிவிலும் மறக்காமல் சொல்வீர்களே, இறுதிச் சந்திப்பில் மட்டும் என்னிடம் சொல்லிக்கவேயில்லயே. இரண்டு நாட்களுக்கு முன்புகூட தொலைபேசியில் கூப்பிட்டு நலம் விசாரித்தபோது ''ஐம்

பெர்ஃஃபெக்ட்லி ஆல் ரைட் ஷைலு, நல்லாயிருக்கேன்'' என நான் நம்பும்படி சொன்னீர்களே சார். உள்ளுக்குள் எதை மறைத்து வைத்திருந்தீர்கள்? ஏன் ஏன் இப்படியெல்லாம் நடக்க வேண்டும்? பிறந்து சில மாதங்களிலேயே அப்பாவை இழந்த எனக்கு எதற்காக அந்த உறவின் தளிர்களைத் தரிசிக்க வைத்தீர்கள்? தலைகோதி, கைபிடித்து எதற்காக அதன் எல்லைவரை அழைத்துச் சென்றீர்கள்?

ஆனாலும் ஆனாலும் எனக்குள் இதுவரை சேமித்து வைத்திருக்கும் நினைவுகள் போதுமெனக்கு. இந்தப் பேரிரைச்சலிலும் நான் நிறைவடைந்திருக்கிறேன்.

நான் நல்ல சினிமாவைப் பார்க்க மட்டுமே தெரிந்தவள். அதை விமர்சிக்கவோ, விவாதிக்கவோ கூடத் தெரியாது. எனக்கு அன்பைப் பெறவும், பொத்திப் பாதுகாக்கவும் அதனை அடுத்த நெஞ்சுக் கூட்டிற்குள் கடத்தவும் மட்டுமே தெரியும், அதனால் மட்டுமே நான் அவருடைய மகளானேன். பார்க்கிற எல்லோரிடத்திலும், 'இது ஷைலு என் மக' என நானே கூச்சப்படுமளவுக்கு என்னை அறிமுகப்படுத்துவார்.

தன் அடுத்த படத்தின் கதை விவாதத்திற்காகத் திருவண்ணாமலைக்கு வந்த அவர் தினமும் மாலையில் 'வம்சி' அலுவலகத்திற்கு வருவார். மிகவும் வித்தியாசமானதொரு காஸ்ட்யூமில் தொப்பியைக் கழற்றி வைத்துவிட்டுத் தலையில் துண்டுகட்டி அதைத் தோளுக்குச் சற்று கீழே தொங்கவிட்டுக்கொண்டு வந்து உட்காருவார். சென்னையில் கூடக் கிடைக்காத உலகத் திரைப்படங்கள் இங்கே வைத்திருக்கிறீர்களே என ஆச்சரியப்பட்டு கை நிறைய படங்களை அள்ளி சேகரித்துக்கொள்வார். புத்தகக் கடைக்கு வரும் நண்பர்களுக்கு அவரின் இருப்பு பேரதிர்ச்சியாக இருக்கும். என்ன சாப்பிடலாமென்றால் 'பகோடா சொல்லம்மா, காரப்பொரி சாப்பிடலாம்' என்று கேட்டு சாப்பிடும் அவரைத் தெருவில்

போவோர்களும் வருபவர்களும் அதிசயமாய் பார்த்துக்கொண்டே போவார்கள். கடைக்குள்ளே வரும் வாசகர்கள் அதிர்ச்சியில் உறைந்து போவதை நான் பார்த்ததுண்டு. ஒரு டீ குடித்துவிட்டு நாங்கள் மலை சுற்றும் வழியிலிருக்கும் உணவு விடுதிக்குச் சென்று கதைகளாகப் பேசிக்கொண்டிருப்போம். தமிழின் ஆகச் சிறந்த கதைகள், மொழிபெயர்ப்புக் கதைகள், தான் பார்த்த நல்ல திரைப்படங்கள், தன் சினிமா அனுபவங்கள், தான் எடுக்கப்போகும் திரைப்படங்கள் என்று சுழலும் அப்பேச்சிலிருந்து துண்டித்துக்கொள்ள எப்போதும் மனசே வந்ததில்லை.

இரு நாட்கள் எங்களுடன் தங்க வந்திருந்த சாரும் மவுனிகாவும் ஒரு மதிய உணவிற்குப் பிறகு நன்றாக ஓய்வெடுத்தார்கள். அன்று மாலை அவரின் கதைநேரக் கதைகளைத் திருவண்ணாமலை பார்வையாளர்களுக்காகத் திரையிட்டோம். மிகக் கண்டிப்பானதொரு வாத்தியாராய் மாறி படம் பார்ப்பதற்கு வைக்க வேண்டிய கலர், கான்டிராஸ்ட், ஒலி என சொல்லித் தருகிறார். ஆப்பரேட்டருக்கு அது சரிவரப் புரியாதபோது அவரே குத்துக்காலிட்டு உட்கார்ந்து அதைச் சரி செய்கிறார். தன் படைப்பு மிகச் சரியான வடிவத்திலும் துல்லியத்திலும் மட்டுமே காட்சிப்படுத்தப்பட வேண்டுமென்ற, ஒரு படைப்பாளிக்கே உரிய ஆர்வம் பிரதிபலித்த நிமிடங்கள் அவை. என்னுள் பிரமிப்பாய் நிலைபெற்றதும்கூட.

அடுத்தநாளே வாய்த்த இரண்டு மணிநேர கார் பயணம் போதும் என் வாழ்வு அர்த்தப்பட. மாலையும் இரவுமல்லாத மங்கும் பொழுது அது. சில நேரங்களில் நாம் நினைக்கும்போதே மழை பெய்யுமே அது போல, என்னவென்றே தெரியாமல் காலையிலிருந்தே மனம் சந்தோஷத்தில் அலையடிக்குமே அது போல, முன் சீட்டில் உட்கார்ந்திருந்த சார் சொல்லும் ஒவ்வொரு கதையையும் நானும் படித்திருந்தேன். ஜி.நாகராஜன், தி.ஜா., சுந்தர ராமசாமி, அவருக்கும் எனக்கும் எப்போதும் பிடித்த பிரபஞ்சன் என அடித்த சுழல் லா.ச.ரா.

வில் வந்து நிலைகொண்டது. லா.ச.ரா.வின் பச்சைக் கனவொளியில் கிறங்கிய பேச்சின் நடுவே 'எனக்கு இதெல்லாம் தெரியாதுப்பா நான் கொஞ்சம் உன் மடியில் படுத்துக்கறேனே' எனப் பின்னிருக்கையில் என் மடியில் படுத்து உறங்கிப்போன மவுனியை எங்கள் கதாநாயகர்களும் நாயகிகளும் தொந்தரவு செய்யவேயில்லை.

இந்த ஐந்தாறு வருடங்களில் அநேகமாய் தினமும் என்னோடு தொலைபேசியில் பேசுவார். தன் சினிமாப் பட்டறையில் உச்சமாக இலக்கிய வகுப்பெடுத்த பெருமிதத்தை, தன் மாணவன் மிகக் கண்டிப்பாக நவீன இலக்கியம் படித்தே ஆக வேண்டிய கட்டாயத்தை, ஏதோ ஒரு மாணவன் கதைகளைப் படித்தபின் எழுதிக் கொடுத்த சினாப்சிஸில் தன்னைக் கரைத்துக் கொண்டதை, அவருக்குப் பிடித்த அவருடைய மவுனி புள்ளி குத்த முடியாத காரணங்களால் அவரிடம் பேசாமல் இருந்த துக்கத்தைப் பேசி ஆற்றிக் கொள்ள, எப்போதும் படைப்பாளியிடம் அந்தஸ்து தள்ளியே நிற்கும் மாயைக்குத் தான் இரையாகாத பேராண்மையை, இந்த வயதில் தான் தனியனாய் வாழ நேரிட்ட துயரம் பற்றியெல்லாம் பேசுவார். ஆனால் அடுத்த அழைப்பிலேயே மழைநீர் முகத்தில்பட்ட குழந்தையாய்க் குதூகலிக்கவுமான வாழ்க்கை அவருக்கு வாய்த்திருந்தது. கிருஷ்ண ஜெயந்தி வாழ்த்து சொல்லத்தான் மிகப்பொருத்தமானவன் என்றும், அவனவன் தன் வாழ்க்கையிலிருந்துதானேம்மா படம் எடுக்க முடியும், என் படங்கள் எப்போதும் ரெண்டு பொண்டாட்டிக்காரன் கதையாவேதான் இருக்கு என்று பேசி சிரிப்பார். நான்தான் அவரின் சோகங்களிலிருந்து வெளிவரத் தெரியாமல் பல நாட்கள் தவித்திருக்கிறேன்.

2011 சென்னைப் புத்தகக் கண்காட்சியிலிருந்த என்னிடம் வந்து உட்கார்ந்து 'ஒரு டீ சொல்லம்மா' என்று பேச ஆரம்பித்தார். வழக்கம்போல மானசி தாத்தாவிற்காக ப்ளாக் டீ வாங்கி வர ஓடினாள். 'வெற்றியோட ஆடுகளம் படம் பாத்திட்டு நேரா வரேம்மா, அய்யோ

எப்படி எடுத்திருக்கான், ஜட்ஜஸ் சரியா அமஞ்சா இந்தப் படம் ஆறு அவார்டு வாங்கும், ஒரு வேளை ஜூரி அவார்டு ஜெயபாலனுக்குக் கிடைக்கும். சொந்தக்குரலில் பேசியிருந்தால் தேசிய விருதே கிடைக்கும்' என்றார். அந்த வருடம் மார்ச் மாதத்தில் அறிவிக்கப்பட்ட தேசிய விருதுகள் அவ்விதமேயானது. விருது அறிவிக்கப்பட்ட அன்று அவருக்கிருந்த சினிமா நுட்பமும் சரியான திரைப்படம் குறித்த தன் அவதானிப்பும் தன் வாழ்வை சினிமாவில் மட்டுமே வைத்துக் கரைத்துக் கொண்டிருக்கும் அக்கலைஞனின் அசாத்திய நம்பிக்கையும் என்னை உறைய வைத்தது.

என் 'வம்சி புக்ஸ்' சில புத்தகங்களைப் பதிப்பிக்கும்போது ஒரு பதிப்பாளராய்ப் பெருமிதத்தில் லேசாய் என் மனம் ததும்பிக் கொள்ளும். அதில் எப்போதும் எங்கள் பாலுமகேந்திரா சார் தான் இருப்பார். எந்த காம்ப்ரமைசும் இல்லாமல், தான் உருவாக்கிய கதைநேரக் கதைகளை மூன்று பாகங்களாகவும் தனக்கு எப்போதும் ஃப்ரெஷ்ஷாகப் பார்க்கத் தோன்றும் வீடு படத்தையும் புத்தகமாக்கி அவர் கைகளில் கொடுத்து அந்த முக சந்தோஷத்தையும் பெருமிதத்தையும் நான் தரிசித்துவிட்டேன். அட்டை வடிவமைப்பில் சின்னச் சின்ன திருத்தங்களைக் கூட மிக நுட்பமாகப் பார்த்து தன் திரைப்படக் கல்லூரி அலுவலகத்திற்கு டிசைனரை வரச்சொல்லி, திருத்தி மீண்டும் எனக்கு அனுப்பி சரிபார்த்து என அவர் காட்டும் பொறுமையும் படைப்பின் மீதான அக்கறையும் நாம் அவரிடம் கற்றுக்கொண்டே ஆக வேண்டியது. வீடு திரைக்கதை புத்தகத்தைச் சமர்ப்பணம் செய்வது தொடர்பாக ஒரே நிமிடத்தில் முடிவெடுத்தோம். ' என் அம்மாவுக்குன்னு போடலாம்மா. சரிதானே ஷைலு' என்றவர் மிக அற்புதமான கவிதையாய் ஒரு சமர்ப்பணம் எழுதி அனுப்பினார்.

மனுஷ்யபுத்திரனின் கவிதைவரி போல 'நாளைக்கு வந்தேன்' எனச் சொல்லும் குட்டி இளவரசியின் மனசொத்தவர். காலம், நேரம், ஒரு தேதி வைத்து வேலைகளை முடிப்பது என்பதெல்லாம் அவருக்குத்

தெரியாது. மருத்துவமனைக்குப் போவதற்கு இரண்டு நாட்களுக்கு முன் நான் கூப்பிடுகிறேன்.

‘சார், ஷைலஜா பேசறேன் சார்’

‘அய்யோ ஷைலு, நம்புவியாம்மா நீ? நானே கூப்பிடணும்னு இருந்தேன். ஐ வாஸ் சேர்ச்சிங் யுவர் நெம்பர். புது நெம்பர் உன்னோடது சேவ் பண்ணியிருந்தேன். அத எனக்கு எடுக்கத் தெரியல ஷைலு. ஐம் சாரி ஷைலு. வீடு பட டிவிடியை நான் இன்னும் முன்னாடியே குடுத்திருக்கணும்மா’

‘சார் தயவு செய்து அப்படியெல்லாம் சொல்லாதீங்க. ஒரு பிரச்சனையும் இல்ல சார், நீங்க எப்படி இருக்கீங்கன்னு கேக்க மட்டும்தான் நான் கூப்பிட்டேன்’

‘எனக்கென்னம்மா நான் நல்லாயிருக்கேன். ஐ ம் பெர்ஃபெக்ட்லி ஆல்ரைட்’

பேசி இரண்டு நாட்கள்கூட முழுமையாய்க் கடந்து போகவில்லையே. என்னவாயிற்று சார் உங்களுக்கு?

ஒவ்வொரு புத்தகக் கண்காட்சியிலும், மாலையில் எங்களுடன் மூன்று மணிநேரம் இருப்பார். கூட்டம் அதிகமாகயிருக்கும். நீங்கள் வரவேண்டாமென்றால் ‘ஆஃபீஸ்ல போரடிக்குது ஷைலம்மா, என் பேரப் பிள்ளைகளோட இருக்கேனே’ என்று ஆசைஆசையாய் வருவார். தன்னை நோக்கி வரும் ஒவ்வொரு வாசகனையும் சினிமா தாகம் கொண்டவர்களையும் பெயர் கேட்டு ‘வாழ்த்துக்களுடன் பாலுமகேந்திரா’ என்று எழுதித் தேதியிட்டுக் கொடுத்து நெகிழவைப்பார். தன்னுடன் புகைப்படம் எடுத்துக்கொள்ளத் துடிக்கும் எந்த இளமனதையும் அவர் உதாசீனப்படுத்தியதில்லை. இனி தான் நிறைய டெலி ஃபிலிம் எடுக்கப்போவதாகவும் சக்காரியாவின் கதைகள் தனக்கு மிகவும் நெருக்கமாகயிருக்கிறதென்றும் அவருடைய ‘யாருக்குத்

தெரியும்' கதை தனக்குப் பிடித்த கதைகளில் ஒன்றென்றும் ஜெயஸ்ரீயிடம் பேசினார். அவள் மொழிபெயர்த்த யேசுகதைகள் தொகுப்பைப் பற்றி நிறைய நேரம் அவளோடு விவாதித்தார்.

'இன்னக்கி இங்க வர்றதுக்கு முன்ன ஒரு சின்ன நாட் மனசிலப் பட்டுதும்மா, கேளு'

என்று அம்மாவிற்கும் மகனுக்குமான உறவைப் பற்றிய குறும்படத்திற்கான கதையைச் சொல்கிறார். பிண்ணனியில் அன்னலஷ்மி என்று யாரோ யாரையோ கூப்பிடுவதைக் கேட்டு அதிர்ந்து, பின் சிரித்துக் கொண்டே பதின் வயதில் தனக்கேற்பட்ட காதலையும், அவள் தனக்குச் சொல்லிக்கொடுத்த காமத்தையும் சொல்லி சிரிக்கிறார்.

நானும் பவாவும் சேர்ந்து நண்பர்களுக்காக ஒரு சிறு கல்வீடு கட்டினோம். அதன் திறப்புவிழாவை எங்கள் மகன் வம்சியின் பிறந்த நாளன்று வைத்திருந்தோம். அந்தக் கல்வீட்டின் தரையில் உட்கார்ந்து பேச ஆரம்பித்த அவர், 'என் அம்மா ஒரு சந்தோஷமான மனுஷி. அவள் வீடு கட்ட ஆரம்பித்ததும் தன் எல்லா சந்தோஷங்களையும் இழந்துவிட்டாள். அந்த வலியின் மிச்சம்தான் என் 'வீடு'. ஆனால் என் மகள் ஷைலு இந்த வீட்டைக்கட்டித் தன் சந்தோஷங்களை இதில் நிறைத்திருக்கிறாள். இது அசாத்தியமான ஒன்று, எனக் கவிதையாய்ப் பேசிக்கொண்டே போனார். மாலையில் ஒற்றைஅறை கொண்ட எங்கள் நில கெஸ்ட் ஹவுசைத் திறந்துவைத்தபோது நாங்கள் விரும்பி அவரோடு எடுத்துக்கொண்ட புகைப்படம் அபூர்வமாய் எங்களுக்கு நிலைத்துப்போனது.

சென்னைக்குச் செல்லும்போதெல்லாம் ஒருமுறை அவரைப் பார்த்து விடுவதும், ஒன்றாய் ஒருவேளை சாப்பிடுவதுமாய்த் திரும்பிவருவோம். என்கூட தங்க மாட்டேங்கிறீங்க என்று அவருக்குப் பெரிய ஆதங்கமுண்டு. வேறு எந்த வேலையும் இல்லாமல்

மருத்துவப் பரிசோதனைக்காக மட்டுமென்று சென்னை சென்றபோது அவரிடம் நாங்கள் அங்கு வந்து தங்குவதாகச் சொன்னோம். அது மட்டும்தான் எனக்குத் தெரியும். நானும் பவாவும் ஜெயஸ்ரீயும் நண்பருமாய்ப் போவதற்குள் ஒரு வகுப்பறையை ஒழித்து சுத்தம் செய்யவைத்து புதிய படுக்கை விரிப்புகள், தலையணைகளில் ஆரம்பித்து என்னென்ன தேவையோ அவ்வளவையும் செய்து மூன்றாம் நாள் திரும்பி வரும்போது பெற்ற தகப்பனைப்போல மருமகனுடன் செல்லும் மகளைக் கண்ணீர் மல்க கார் கதவை அடைத்துவிட்டு நின்ற அந்த பிரம்மாண்ட உருவம் எனக்கும் பவாவிற்கும் வாழ்நாளில் மங்கிப் போகாதது.

இப்போது நினைவுகள் ஊற்றெடுத்துப் பொங்கிப் பொங்கி வார்த்தைகளுக்கு வழிவிடுகிறது.

திரைக்கலைஞர் மம்முட்டியின் புத்தகத்தைத் தமிழில் மொழிபெயர்த்து பெயர் வைப்பதில் யோசனையாக இருந்த நாட்களில் ‘மூன்றாம் பிறை’ என்ற தலைப்பு ஒத்துப் போகிறது. அந்தத் தலைப்பிற்காய் நான் அவரிடம் அனுமதி கோருகிறேன். ‘ very good ஷைலம்மா, நல்ல தலைப்பு அது, மூன்றாம் பிறையைக் கொஞ்ச நேரம்தான் பார்க்கமுடியும். ஆனால் அந்தக் கொஞ்ச நேரத்திற்குள் நல்ல காரியங்கள் பலதையும் செய்வார்கள். அதயே வைய்யம்மா ‘ என்று என்னை உற்சாகப்படுத்தினார். பின்னாளில் என் வலைதளத்திற்கும் அதுவே பெயராக ஆனது.

‘பவா என்றொரு கதைசொல்லி’ ஆவணப்பட வெளியீட்டு விழாவில் படத்தை வெளியிட்டு பேசிக் கொண்டேயிருந்தார். மொத்த உரையும் மிக நெருக்கமாகக் குடும்பத்தைப் பற்றி மட்டுமே பேசி எங்களைக் கூச்சத்திலும், அதீத நெகிழ்விலும் கரைய வைத்தார். பத்து முறையாவது கண்கலங்கிக் கைதொழுது நின்றிருப்பேன். பவாவிற்குப் படைப்பாளி எப்படி குடும்பத்தை வைத்துக்கொள்ள

வேண்டுமென்றும் படைப்பாளியின் மனைவி என்னென்ன கஷ்டங்களை அனுபவிக்க வேண்டுமென்றும் அதையெல்லாம் என் மகள் ஷைலுக்கு நீங்கள் கொடுக்கக்கூடாதென்றும் தன் அனுபவத்திலிருந்து பேசித் தீர்த்தார்.

நிகழ்வின் ஆரம்பத்திலிருந்தே எஸ்.எல்.ஆர். கேமராவில் ஏதோ ஒரு மூலையில் நின்றுகொண்டு தாத்தா பேசுவதைப் படம் எடுத்து, தான் எடுத்த படத்தைத் திருப்பிப் பார்த்த வம்சியை அவ்வளவு கூட்டத்திலும் கவனித்திருக்கிறார். பேச்சின் நடுவே 'வம்சி நாங்களெல்லாம் ஒரு புகைப்படம் எடுத்தால் அதை லேபில் கொண்டுபோய்க் கொடுத்து, அவன் டார்க்ரூமில் கொண்டுபோய்க் கழுவி எடுத்திட்டு வர்றவரைக்கும் பொறுமையாய்க் காத்திருந்து, பெற்ற பிள்ளையைப் பார்ப்பதுமாதிரி பார்ப்போம். புகைப்படம் எடுத்தவுடன் திருப்பிப் பாக்காதே. அப்படிப் பாத்தா நீ எடுத்த படத்துமேல உனக்கு நம்பிக்கையில்லன்னு அர்த்தம். எடுப்பதற்குமுன் இதுதான் நான் எடுக்கப்போற ஃப்ரேம்ன்னு மனசில ஃபிக்ஸ் பண்ணு' என்று அவனுக்கு மேடையிலேயே வகுப்பெடுத்தார்..

வம்சியையும் மானசியையும் அப்படிப் பிடிக்கும் அவருக்கு. பிள்ளைகளை வீட்டுக்கு வரச் சொல்லி அதிகாலை வாக்கிங் போய்விட்டு வரும்போதே காய்கறிகள் வாங்கிவந்து, தானே ப்ரெட் டோஸ்ட் செய்து கொடுத்து, தாத்தாவும் பேரப்பிள்ளைகளுமாய்ச் சாப்பிட்டு விளையாடின நாட்களை இனி நான் அவர்களுக்கு மீண்டும் தர முடியாமல் காலம் உறைய வைத்துவிட்டதே.

நான்கு வருடங்களுக்கு முன்பு ஒருமுறை என்னிடம் கேட்டார்,

'வம்சி என்ன பண்ணப்போறான்மா?'

'அவன் இப்ப சிக்ஸ்த் படிக்கிறான் சார், பரோடாவில் போய் டிசைன்ஸ் படிக்கணும்னு சொல்றான் சார்'

‘இல்லம்மா, அவன் என்னமோ எங்கிட்ட வந்திடுவான்னுதான் தோணுது’

காலம்தான் எந்தக் கருணையும் இல்லாமல் ஓடுகிறதே. இரண்டு வருடங்களுக்கு முந்திய ஒரு டிசம்பர் 31 இரவு பத்து மணியிருக்கும். குழந்தைகளோடு பேசிக் கொண்டிருக்கிறோம். சட்டென்று வம்சி சொல்கிறான், ‘அம்மா நானொரு ஷார்ட் ஃபிலிம் எடுக்கலாம்னு இருக்கேன்’

சின்னச் சின்ன மன அசைவிலும் உடல் மொழியிலும் சிதறின துளிகளைக்கொண்டு ஒரு மனிதன் ஒரு குழந்தையை எப்படி அவதானித்திருக்கிறார் என்று நான் மீண்டுமொருமுறை ஆச்சரியப்பட்டுப் போனேன்.

நானும் ஜெயஸ்ரீயும் அவரைப்போய்ப் பார்த்த ஒரு மதிய வேளையில், நான் மொழிபெயர்த்த ‘சுமித்ரா’ நாவல் பற்றிப் பேச ஆரம்பித்தோம். இந்த நாவல் படமாக வந்ததையும் அது சரியாக எடுக்கப்படவில்லையென மூல எழுத்தாளர் கல்பட்டா நாராயணன் வருத்தப்பட்டார் என்றும் சொன்னேன். மிகக் கடுமையாகக் கோபம் வந்துவிட்டது அவருக்கு. கதை மட்டும்தான் எழுத்தாளனுக்குச் சொந்தம், அது படமாவது ஒரு ஃபிலிம் மேக்கருக்கானது. அது அந்தக் கதையின் மறு ஜென்மம். அது பற்றி எழுத்தாளன் பேசவே கூடாது என்றார். பேச்சு அப்படியே அப்போதுதான் பல சூறாவளியில் அகப்பட்டு வந்த ‘விஸ்வரூபம்’ படத்தைப் பற்றி வந்தது. கமல் ஓர் அசாத்தியமான கலைஞன், இந்தப் படத்தில கமல் வச்ச ஒரு ஷாட்டைக் கூட என்னால வைக்க முடியாது என்று மனம் திறந்து பாராட்டினார்.

வம்சியைப் பற்றி எப்போதும் விசாரித்துக் கொண்டேயிருப்பார்.

‘ஷைலு, வம்சி இப்ப என்ன பண்றான்?’’

நிறைய வேர்ல்டு கிளாசிக்ஸ் பாக்கறான் சார். அவனுக்கு போட்டோகிராபிதான் விருப்பமா இருக்கு. சாந்திநிகேதன் போய்ப் படிக்கப் போறானாம் சார்’

'வெரி குட், ஆனா அதுக்கெதுக்கு அவன் அங்கேயெல்லாம் போணும், இன்னும் மூணு வருஷம் முடிச்சிட்டு தாத்தாகிட்ட வரச் சொல்லம்மா. அவன நான் பாத்துக்கறேன். ஒரு நல்ல ஃபிலிம் மேக்கரா உருவாக்கிக் காட்டறேன்.

கடைசிவரை தாத்தாவின் கை பிடித்து சினிமா மொழி கற்க என் மகனுக்கு வாய்க்காமலே போய்விட்டது.

'ஷைலு அவங்கிட்ட 'சந்தியாராகம்' படம் இருக்கா?'

'இல்ல சார்'

'அப்படியா' என டேபிளுக்குக் கீழே குனிந்தவர் ஒரு டிவிடியை எடுத்துப் பொறுமையாய் ' என் அன்பு பெயரன் வம்சிக்கு, வாழ்த்துக்களோடு தாத்தா பாலுமகேந்திரா' என்று தன் அழகான கையெழுத்தில் எழுதி 'வம்சிகிட்ட கொடம்மா' என்றார். அவர் எழுதி முடிக்கும்வரை எழுந்துநின்று, பெருகும் கண்ணீரைத் துடைக்கக்கூடத் தோன்றாமல் நின்றிருந்தேன். எனக்குத் தெரியும் தமிழ்நாட்டில் அந்தப் படம் கிடைக்காமல் தேடியலையும் எத்தனை சினிமா ஆர்வலர்கள் இருக்கிறார்கள் என்று.

மகனே தாத்தா கை பிடித்து அழைத்துச் செல்லவில்லையென்றாலும் உனக்கான திசையையும் நீ முன்னெடுத்துச் செல்ல வேண்டிய அக்கினிக் குஞ்சினையும் உன்னிடம்தான் விட்டுச் சென்றிருக்கிறார். அதை இதயத்தில் ஏந்திக் கொள்.

'ஷைலு வாம்மா, நாம படம் பாக்கலாம்' எனக் கூட்டிப் போய், தான் இதுவரை எடுத்த 'தலைமுறைகள்' படத்தின் சில காட்சிகளை எனக்குப் போட்டுக் காண்பிக்கிறார். அதே அறையில் உட்கார்ந்து ஒரு க்ரீன் டீ குடித்துக்கொண்டே பெயரிடப்படாத அக்கதையை முழுமையாகக் கேட்ட நியாபகங்கள் நெஞ்சில் மூள்கிறது. படத்தில் சுப்புத்தாத்தாவாய் மெல்ல மெல்ல நடந்து, கண்களின் ஓரம் ஈரம் காட்டி உட்கார்ந்திருக்கும் சாரைப் பார்த்து, கால் தடுக்கி விழும் தாத்தாவைப் பார்த்துப் பதறி

விழுகிறேன். என் வாழ்வின் மிக முக்கியமான நிமிடங்களில் ஒன்றாய் அவை மாறிப் போகும் உன்மத்தத்தில் பல காட்சிகள் தெரியாமல் கண்ணில் நீர் முட்டுகிறது. எழுந்து வெளியே வருகிறோம். சினிமாப் பட்டறையில் படிக்கும் மாணவர்கள் மிகவும் ஆச்சர்யமாய் என்னைப் பார்க்கிறார்கள். அதை உடனே உணர்ந்தவர், 'இவங்க பேரு ஷைலு, பெஸ்ட் ட்ரான்ஸ்லேட்டர். என்னோட படத்துக்கு மியூசிக் கூட போடாத கட்டத்தில நான் இதுவரைக்கும் யாருக்கும் போட்டுக் காண்பிச்சதில்ல, சினிமால இருக்கற எந்தக் கொம்பனுக்கும் நான் காட்டமாட்டேன். ஆனா நான் ஷைலுக்குக் காட்டுவேன், பிக்காஸ் ஷீ ஈஸ் மை டாட்டர்' என்கிறார்.

'ஷைலு' எனப் பிரியம் ஊறின வார்த்தைகளில் என்னை அழைக்க இனி யார் இருக்கிறார்கள்? மெல்ல என் கைப்பிடித்து என்னுடன் நடந்து வரும் கால்கள் எங்கே?

கண்ணாடிப் பெட்டிக்குள் என்னைப் பார்த்துப் பேசாமல் படுத்திருக்கும் அவரைப் பார்த்த துக்கத்தில் அருகில் நின்ற 'சுகா'வின் கழுத்தைக் கட்டிக்கொண்டு வெடித்து அழுகிறேன். சுகாவும் என்னுடன் சேர்ந்து பதில் தெரியாது உடைந்து அழுகிறார்.

ஆனால் அப்பா, என் அன்பான அப்பா, 'ஷைலு நான் என் கடைசிகாலத்தில் திருவண்ணாமலையில்தான் இருக்கப் போகிறேன். நீயும் பவாவும்தான் என்னை அடக்கம் செய்யவேண்டும்' என்று சொன்னதை ஒரு மகளாக நான் நிறைவேற்றியிருக்கிறேன், உங்கள் மகனிடமும் அகிலா அம்மாவிடமும் வேண்டி உங்கள் இன்னொரு மகன் பாலாவிடம் பெற்ற அஸ்தியைக் கையில் ஏந்தியபடி மனசும் உடம்பும் பதறப்பதற நிற்கிறோம். நானும் பவாவும் சிறிது சிறிதாய்ச் செப்பனிட்டு பிள்ளைகளுக்காகவும் நண்பர்களுக்காகவும் உருவாக்கியிருக்கும் எங்கள் நிலத்தில் அதை விதைத்து, எங்களோடு நீங்கள் கலந்திருக்குமாறு செய்திருக்கிறோம்.

கொழும்பில் மட்டக்களம்பு மாகாணத்தில் அமிர்தகழி ஆற்றங்கரையில் சுற்றித்திரிந்த அந்தக் கால்களும், திரும்பி சொந்த மண்ணிற்குப் போகவே முடியாமல் போனதற்காய் கடைசி நிமிடம்வரை அழுது தீர்த்த கண்களுமாய் என் ஆசான் நாடற்றவனாக மின்சார மயானம் நோக்கிப் போகிறார் என்று சோமீதரன் கதறினான்.

உங்களை இதயத்தில் ஏந்திக்கொண்ட பல ஆயிரம் பிள்ளைகளாய் நாங்கள் இருக்கிறோம். எப்போதும் நீங்கள் சொல்வதுபோல இந்தப் பிரபஞ்ச சக்தி எங்களை உங்களிடமே எப்போதும் தக்க வைத்திருக்கும்.

இரத்த நாளங்களில் ஊறிக் கிடக்கும் ஆசிரியம்

என் முதல் ஆசிரியரை நினைக்காமல் இந்தக் கட்டுரையை என்னால் தொடங்க முடியாது. அந்தக்கால வழக்கப்படி தேங்காய், பூ, பழங்கள், வெற்றிலைப்பாக்கு, பணம் வைத்த தட்டுடன் அம்மாவின் பின்னால் பதுங்கியபடியே தலைமையாசிரியரின் வகுப்பிற்கு நடந்து செல்கிறேன். காதுஎட்டுகிறதா என்று பார்த்தபடி சில கேள்விகள் கேட்டு என்னைப் பள்ளியில் சேர்த்துக்கொண்டார்கள். ஒண்ணாங்கிளாசில் கொண்டுபோய் விடுவதற்காக அம்மா கூடவே வந்தபோது டீச்சரைப் பார்த்து நான் இன்னும் பயந்துபோகிறேன். நல்ல அடர் கறுப்பில் கருநீலப் புடவை கட்டி ரிங் கொண்டை போட்ட டீச்சர் என்னை மிகவும் பயமுறுத்தினார். நான் கறுப்பு டீச்சர் வகுப்பில் படிக்கவே மாட்டேனென அடம்பிடித்து அழுது புரண்டேன். என் அழுகையின் தீவிரம் பார்த்துப் பக்கத்து வகுப்பிற்கு மாற்றப்பட்டேன். அங்கிருந்த ஒரு வெள்ளை டீச்சர் என் பாட்டியைப் போலிருந்ததால் என் அழுகை மட்டுப்பட்டது. வெள்ளை டீச்சர் கிளாஸுக்குப் போன பிறகுதான் கைகளில் எத்தனை முட்டி இருக்கிறதென்பதே புரிய ஆரம்பித்தது. அது வேறுவகையான சோகம். கறுப்பு டீச்சர் என்று ஒரு ஆசிரிய மனதை எவ்வளவு புண்படுத்தியிருக்கிறேன் என்று நான் யோசித்ததேயில்லை.

இருபத்திமூன்று வருடங்களுக்குப் பிறகு திருவண்ணாமலை லயன்ஸ் கிளப்பில் ஓய்வுபெற்ற ஆசிரியர்களுக்குப் பாராட்டுவிழா ஏற்பாடு செய்து, அதற்கு என்னையும் அழைத்திருந்தார்கள். அங்கு போனபோது நான் முதன்முதலாய் சந்தித்த அந்தக் கறுப்பு டீச்சரும் வந்திருந்தார். அவர் என்னைப் பார்த்து 'ஏம்மா நான் கறுப்புன்னு என் கிளாசுக்கு வரமாட்டேன்னு அடம் புடிச்சயே. இப்ப ஒண்ணும் பிரச்சனை இல்லையா?' என்று பவாவைப் பார்த்துச் சிரித்துக் கொண்டேதான் கேட்டார். என் கணவர் அடர் கறுப்பு. ஆனால் அதற்குப் பிறகான இந்தப் பத்து வருடங்களில் டீச்சர் கேட்டது என்னை மிகுந்த வேதனைக்குள்ளாக்கி இருக்கிறது. எவ்வளவு காயப்படுத்தி இருக்கிறேன் ஒரு ஆசிரிய மனதை, அது எத்தனை ஆழமாய்ப் பதிந்திருந்தால் இருபத்திமூன்று வருடங்கள் கழித்து இப்படி வெளிப்பட்டிருக்கும். சின்ன வயதில் சாப்பிடாமல் அடம்பிடிக்கும் எனக்குத் தெருவில் காலையிலும் மாலையிலும் கறுப்பு பர்தா போட்டுக்கொண்டு வேலைக்குப் போய் வரும் முஸ்லிம் பெண்ணைக் காண்பித்து பயமுறுத்தியதன் விளைவே அதுவென்று, புத்திக்குப் புரிந்தாலும் மனசு இன்னமும் அடங்கவே மறுக்கிறது. இப்படியாவது அவரிடம் மன்னிப்பு கேட்க முயல்கிறேன்.

சிதம்பரம், அண்ணாமலைப் பல்கலைக்கழகத்தில் எம்.காம்., முடித்துவிட்டுப் பெருங்கனவில் எம்.ஃபில்., அப்ளிக்கேஷனுடன் திருவண்ணாமலைக்கு வந்தேன். எப்படியும் எம்.ஃபில் முடித்து கல்லூரிப் பேராசிரியராகிவிடும் கனவு கண்களில் ஒளிர்ந்து கொண்டிருந்த நாட்கள் அவை. ஆனால் வாழ்க்கை ஒன்றும் அப்படிக் கனவுகளின் மீது ஒற்றியெடுக்கும் கருணையோடில்லையே.

அப்போதுதான் இந்தியா முழுவதும் தன் கிளைகளைப் பரப்பியிருந்த ஒரு தனியார் பள்ளியில் என் எதிர்பார்ப்பை மீறின சம்பளத்துடன் வேலை கிடைத்தது. படித்தது வணிகப் பட்டமேற்படிப்பு என்பதால் பத்தாவது வரை இருக்கும் அப்பள்ளியில்

எல்.கே.ஜி. வகுப்பிற்கு ஆசிரியையானேன். அந்த இடம்தான் வகுப்பறை யாருடையதாக இருக்கவேண்டும் என்பதை எனக்குத் தெளிவாக்கிய முதல் களம்.

உடல் முழுக்கக் குழந்தைகளாய்ப் பூத்திருக்கும் என்னை எனக்கே பிடித்த காலமது. அம்மா, அக்கா, சித்தி என்றெல்லாம் கலவையாய்க் குழந்தைகளின் அழைப்பினூடே என்னைக் கரைத்த நாட்களவை. எப்போதும் வகுப்பறைக்கு வெளியே பாடிக்கொண்டும் விளையாடிக்கொண்டும் கதை சொல்லிக்கொண்டும் ரயில் பெட்டியாய் எதற்கும் நிற்காமல் எங்கள் செயல்பாடுகளின் மும்முரம் பார்த்து, ஒரு வருடம் காத்திருந்தாலும் பரவாயில்லை, என் குழந்தைக்கு இந்த மேடம் வகுப்பில்தான் அட்மிஷன் வேண்டுமென்ற பிடிவாதத்தில் ஆரம்பித்து பிரச்சனை ஆனதெல்லாம் என் காதுகளுக்கு மெல்லத்தான் வந்து சேர்ந்தது. அதற்குப் பிறகான நாட்களில், 'இவன் ரொம்பக் குறும்புப் பையன். யாருக்கும் அடங்கவேமாட்டான்', 'இந்தப் பொண்ணு ரொம்ப பொசசிவ். யாரோடையும் ஒத்துப் போகமாட்டா', 'வேற ஒரு ஸ்கூல்ல சேத்தோம். டீச்சர்ஸ் டார்ச்சர்ல ஸ்கூலுக்கே போகமாட்டேன்னுட்டான்', 'என்னை விட்டுட்டு இருக்கவே மாட்டான். அதனால் நானும் இப்படி ஒரு ஓரமா இப்படி உக்காந்துக்கறேனே' என்ற விதவிதமான குழந்தைகளின் கூடாரமானது என் வகுப்பு. இப்படியான குழந்தைகள் கொஞ்சம் தயங்கி, யோசித்து என்மீது கருணை வைத்து பிறகெப்போதும் இறங்கிவிடாத பிடிவாதத்துடன் எங்கள் ரயிலில் ஏறிக் கொண்டார்கள். நாங்கள் புதிதுபுதிதாய்ப் படித்தோம். இசையையும் வண்ணங்களையும் வைத்து வாழ்வின் உன்னதங்களை நகலெடுத்தோம். மனிதச் சூழ்ச்சிகளற்ற அந்தக் குழந்தைகள் பச்சை மண்ணாய்த் தங்களை என்னிடம் ஒப்புவித்திருந்தார்கள். பள்ளி நேரத்திற்குப் பிறகும் வீட்டிற்குப் போகாத குழந்தைகளும், எப்படியாவது இன்னும் இரண்டு மணிநேரம் நீங்கள் பார்த்துக் கொள்ளமுடியுமா என்ற கேள்வியோடு

அம்மாக்களும் வகுப்பு வாசலில் காத்திருந்தார்கள். இப்படியான அற்புதங்களாய் நிகழ்ந்தேறிக் கொண்டிருந்த ஒரு ஏப்ரல் மாதக் காலையில் பொறியியல் கல்லூரிக்கு விண்ணப்பித்து மறந்திருந்த வேலை வந்தது. கனவு கலைந்த மிரட்சியோடும் ஆசைப்பட்ட வேலை கிடைத்த சந்தோஷத்தோடும் கல்லூரிப் பணிக்குப் போனேன்.

கல்லூரி அதற்கே உரிய அழகோடும் பதின்வயதின் துள்ளல்களோடும் இருந்தது. அந்தப் பொறியியல் கல்லூரியின் கலை அறிவியல் கல்லூரிக்கு அடுத்த வருடமே நான் மாற நேர்ந்தது. அவை என் நினைவில் தங்கி இனிமையாய் உறைந்துபோன நாட்கள். என்னைவிடக் கொஞ்சமே வயதில் சிறிய பெண்கள் வண்ணத்துப் பூச்சிகளாய்த் தங்கள் வாழ்வின் எல்லா சந்தோஷங்களையும் அனுபவிக்கத் துடித்த நாட்களில் நான் அவர்களோடு இருந்தேன். பேரார்வத்திலும், கட்டாயத்தின் பேரிலும், தான் நினைத்த பாடப்பிரிவுகள் கிடைக்காமல் வணிகவியல் படிக்கவும், வீட்டில் இதுதான் நல்ல படிப்பு என்றும், இது படித்தால் வேலை கிடைக்கும் என்றதாலும், தான் படிக்க முடியாமல் போனதை மகளின்மேல் ஏற்றிச் சுமத்தத் தயாராய் இருந்த பெற்றோர்களின் கனவினையும் ஒருசேர என் வகுப்பிற்குள் கொண்டுவந்தார்கள். ஆனால் அதொன்றும் எங்கள் சந்தோஷத்தைக் கோருபவையாக இல்லை. கார்ப்பரேட் அக்கவுண்ட்ஸிலிருந்து தங்கள் காதல்வரை என்னிடம் விவாதித்தார்கள். அவர்கள் தங்கள் ரகசியங்களை என்னில் பாதுகாத்து சற்றும் கசிந்துவிடாத கூடாரமாய் என்னை உணர்ந்தார்கள். தன்னைப் பெற்றவர்களை விடவும் அதிகமான ப்ரியத்தைக் கொட்டினார்கள். நான் அவர்களின் எல்லாக் கஷ்டங்களுக்கும் களிம்பிடுவேன் என நம்பினார்கள். என்னிடம் வந்த அந்த இளமனங்களை நானும் ஒருபோதும் வெறுமையாய்த் திருப்பியனுப்பியதில்லை.

வாழ்வின் அலை அடிப்புகளுக்கெல்லாம் திசைதிரும்பவில்லை என்றாலும், சில தீவிரமான புயலுக்கு மண்டியிட்டு நிற்கத்தானே

வேண்டியிருக்கிறது. அப்படித்தான் நானும் கல்லூரியிலிருந்து பதிப்பக வேலைகளுக்கு வரவேண்டியதாயிற்று. கல்லூரியைவிட்டு வெளியே வந்த இந்தப் பத்து வருடங்களில் இன்னும்கூடப் பேர் வராத தொலைபேசி எண்ணிலிருந்து அழைப்பு வரும். சுவிட்சர்லாந்திலிருந்தோ அமெரிக்காவிலிருந்தோ ஒரு குரல், 'மேடம் நான் படித்த என் மொத்த பள்ளி, கல்லூரி வாழ்க்கையில் உங்களைப்போல ஒருத்தரைப் பார்த்ததில்லை. டீச்சர்ஸ் டே ன்னா உங்களை மட்டும்தான் நியாபகம் வருது. எங்களை எப்படியெல்லாம் உருவாக்கினீங்க? அதான் மேம் நன்றி சொல்லக் கூப்பிட்டேன்' என்றோ 'மேம் சயின்ஸ் படிச்சிருந்த என்னை காமர்ஸ் படிக்கச் சொல்லி வீட்டில் கட்டாயப்படுத்தினபோது முதல் ரெண்டு மாசம் அழுதுகிட்டேதான் வந்தேன். அதுக்குப் பிறகு உங்களாலதான் சப்ஜெக்ட் மேல ஆர்வமே வந்தது. அது இப்ப என்னை சி.ஏ. இண்டர் முடிக்க வச்சிருக்கு. நான் உங்களுக்கு எப்படி நன்றி சொல்ல மேம்' என்றோ, 'ஃபேஸ் புக்கில் உங்களையும் சாரையும் பார்க்கும்போது ரொம்ப சந்தோஷமா இருக்கு மேம், இது எங்க மேடம்ன்னு சொல்லக்கூட முடியாத மொழி தெரியாத ஊரில வந்து மாட்டின மாதிரி இருக்கு. நீங்க மட்டும்தான் வெளிச்சக் கீற்றா இருக்கீங்க' என நெகிழும் மாணவிகளும் இன்னும்கூட தங்கள் பிரச்சனைக்கு என்னிடம் பேசிவிட்டால் போதும் என்று நினைக்கும் மாணவிகளும் இருக்கத்தான் செய்கிறார்கள். அடுத்த தலைமுறைக்கான நம்பிக்கை விதையை என்னிலிருந்து தூவ முடிந்த நிறைவில் நானுமிருக்கிறேன்.

ஆனால் ஆசிரியம் என்பதில் என் முதல் அனுபவம் வலி நிறைந்ததாகவேஇருந்தது. எனக்கான ஆசிரியைகள் என்னுடையவர்களாக இல்லை. என் கனவை, துள்ளலை, தோட்டத்திற்கு வெளியே பூக்க நினைக்கும் என் தாவரப்பகிர்தலை, நினைவுகளை யாரும் ஏறெடுத்ததேயில்லை. ஆசிரியப் பணியை வேலையாய், சம்பளமாய், ரிங் மாஸ்டரிடம் மாட்டிக்கொண்ட

விலங்கினைப் பயிற்றுவிப்பதாய் நினைப்பவர்களிடம் உழன்ற நாட்களாகவே என் பால்யம் கழிந்தது. மழை நாட்களில் ஜன்னலுக்கு வெளியே மேகக் கூட்டங்களை, நூல்மழையை, அரிதாய் விழும் ஆலங்கட்டிகளைப் பார்க்கத் துடித்த என் விரிந்த விழிகளை அவர்களின் பார்வை சந்தித்ததேயில்லை.

என்னுடைய 17 வருடப் பள்ளி, கல்லூரி வாழ்வில் என் மனதுக்கு நெருக்கமான ஆசிரியர்களை நினைத்துப் பார்க்கிறேன். ஒன்றோ இரண்டோ தவிர அத்தனைபேரும் என் நியாபக அடுக்குகளைக் காலியாகவே வைத்திருக்கின்றனர். என்னைவிட நான்கைந்து வயதே கூடின இந்திரா மிஸ், எனக்கு மிக நெருக்கமாக சிலபஸ் தாண்டி என் கவிதைகளுக்கு மொழியாய், நான் எழுதும் ஒவ்வொரு சொல்லுக்கும் என் ஒவ்வொரு செயலுக்கும் இசைவாய் இருந்தார்கள். என்னோடு மைதானத்தில் விளையாடினார்கள். எனக்காகச் சுற்றுலா ஏற்பாடு செய்தார்கள். அதற்காக எங்கள் வீட்டில் அனுமதிபெற வந்தார்கள். என்னைக் கல்லூரியில் சேர்த்தே ஆக வேண்டுமென்று பிடிவாதம் பிடித்தார்கள். என் சினேகிதி போல, நான் நேசித்த மலர் என்னை நேசித்ததுபோல, நான் விரும்பின வாழ்வை எனக்களித்தார்கள். அவரே என் படிப்பையும் அதன்மூலம் என் வாழ்வையும் வேறொரு தளத்திற்கு இட்டுச்சென்ற முதல் ஆசிரியை. இந்திரா மிஸ் போல வகுப்பெடுக்க வேண்டும். அவர்போல பாடங்களைப் புரிய வைக்கவேண்டும். என்னுடைய மாணவர்களை நான் இந்திரா மிஸ்ஸை நேசித்ததுபோல என்னோடு நேசமாய் வைத்திருக்க வேண்டுமென்று நான் ஆசைப்பட்ட காலம் ஒன்றுண்டு.

அதற்குப் பிறகான பல்கலைக்கழகப் படிப்பில் என்னை ஈர்த்த, குருவாய் நான் மதித்தது எங்கள் நமச்சிவாயம் சாரைத்தான். கண்களை மூடிக்கொண்டு சங்கீதம் கேட்பது போன்ற ஈடுபாட்டுடன் மார்க்கெட்டிங் கிளாஸ் கேட்கலாம். மாலைகளில் விருப்பப்பட்ட

மாணவர்களுக்காக பெர்சனாலிட்டி டெவலப்மெண்ட் வகுப்பெடுத்தால் நம்மை நாமே மிக உயர்வாய் மட்டுமல்ல நம்மால் எல்லாம் முடியும் என உணர வைப்பார். எனக்குத் தெரியாமலே என் கடமையை உணரவைத்து, அதற்கேற்ப என் பாதையை வகுத்து அதில் பயணிக்க தைரியமும் தெம்பும் ஏற்படுத்தியவர். ஒல்லியான உயரமான மிஸ்டர் க்ளீன் என்று பார்த்தவுடன் சொல்ல வைக்கும் நமச்சிவாயம் சாரும் இந்திரா மிஸ்ஸூம் மட்டும் ஏன் என் மனதில் இத்தனை வருடங்களுக்குப் பிறகும் நிலையாய் நிலைத்திருக்கிறார்கள். அவர்களின் மீதிருந்து வரும் சந்தனம் கலந்த விபூதி வாசனை கூட என் புலன்களில் தங்கிவிட்டது எப்படி?எனக்கு மீதி பதினைந்து வருடங்களில் எத்தனை எத்தனை ஆசிரியர்கள் வந்து போயிருப்பார்கள்? ஏன் அவர்களில் ஒருவர்கூட எனக்கு நெருக்கமாகவில்லை? நான் அவர்களிடமும் எவ்வளவெல்லாம் கற்றிருப்பேன்? எனக்குச் சொல்லிக் கொடுக்க அவர்களும் எத்தனை பாடுபட்டிருப்பார்கள்? ஆனாலும், ஆனாலும் வேலிகளைக் கடந்து முளைவிட்டிருந்த என் துளிரை அந்த இரண்டுபேர்தான் கண்டடைந்திருந்தார்கள். நீரூற்றிப் பாதுகாத்தார்கள், பூ பூக்கக் காத்திருந்தார்கள். எல்லோருக்கும் அப்படிதோள்மீது ஒரு கரம் நான் இருக்கிறேன் என்று விழவேண்டியிருக்கிறது. அது ஆசிரியராக இருக்கும் பட்சத்தில் வானமே எல்லையாக நீள்கிறது.

இந்தக் கட்டுரையை அப்படியே கணினியில் அடிக்க ஆரம்பித்தபோது ஆறாங்கிளாஸில் படிக்கும் என் மகள் மானசி கூடவே வாசித்தாள். சட்டென அவளிடம் திரும்பி, 'உன் வகுப்பு எப்படி இருக்கணும்னு நீ நெனக்கறடா' என்று கேட்டேன். தடையில்லாமல் அவளிடமிருந்து பதில் வந்தது. 'என்னோட க்ளாஸ், டீச்சர்ஸோட க்ளாசா இருக்கக் கூடாது, நாங்களும் கலந்துக்கறதா இருக்கணும், சப்ஜெக்ட் தாண்டி எல்லா விஷயங்களையும் விவாதிக்கணும், கரண்ட் அஃபேர்சை பேசணும், எல்லாத்துக்கும் மேல எங்களை ஃபிரெண்ட்லியா நடத்தற டீச்சர்ஸ் மட்டுமே இருக்கணும்' என்கிறாள்.

எல்லாக் காலகட்டத்திலும் குழந்தைகளோ பெரிய பிள்ளைகளோ அப்படியேதான் இருக்கிறார்கள். தன்மேல் விழும் மழைத்துளிக்காய் உருகிக் கரைகிறார்கள். ஆனால் நாம்தான் இன்றைய காலகட்டக் குழந்தைகள் சரியில்லையென்றும், எந்த நேசத்தையும் அவர்களிடமிருந்து எதிர்பார்க்க முடியாதென்றும் சொல்கிறோம். அப்படியெல்லாம் இல்லை. நிலவு எப்போதும் அழகாய்த் தானிருக்கிறது, தண்ணென்று தானிருக்கிறது.

சாம்பலிலிருந்து பூத்த மலர்
உமா ப்ரேமன்

இன்று காலை வந்த அந்தத் தொலைபேசி அழைப்பு என்னை அப்படிப் புரட்டிப் போடும் என்று நான் நினைக்கவில்லை. இதுவரை என்னுள் படிந்திருந்த பெண்களைப் பற்றிய பார்வையை அது மாற்றுகிறது. எல்லாவற்றிலிருந்தும் எரிமலைக் குழம்புபோல வெடித்துச் சிதறிப் பொங்கத் தோன்றுகிறது. அடுத்த நிமிடமே அமைதியாய் அடங்கி ஏதாவது செய்ய மனம் ஏங்குகிறது.

தான் கடந்துபோன பாதையெங்கும் கரடுமுரடுகளும் முட்களுமானாலும் அது குறித்த எந்தவிதமான கழிவிரக்கத்தையும் கோராத அந்தக் குரல் எல்லோரையும் தன்னோடு சேர்த்துக் கொள்கிறது. புறந்தள்ளலையும் உதாசீனத்தையும் நம்பிக்கை துரோகத்தையும் மட்டுமே ஏற்று வளர்ந்த அவள் எப்படித் தன்னை ஓர் அன்பின் கூடாரமாக மாற்றிக்கொண்டாள் என்பது இயற்கையின் எதிர்மறைதான்.

கோயம்புத்தூரின் உள்ளடங்கிய கிராமம் ஒன்றில் எளிய வாழ்க்கையாய், அம்மா அப்பா தம்பியென கச்சிதமான குடும்பத்தில் ஆரம்பித்ததுதான் அவள் வாழ்க்கை. கேரளக் குடும்பமானாலும் தமிழ்நாட்டிலும் அம்மக்களிடமும் அப்பா கொண்டிருந்த

ஈடுபாட்டையும் அவரின் சேவையையும் பார்த்து, அப்பாவையே தன் முன்மாதிரியாகக் கொண்டு சின்ன வயதுப் பெண்ணாய்த் தன்னை தகவமைத்துக் கொண்டவள் அவள்.

வாழ்வு தெளிந்த நீரோடையாய்ப் போய்க் கொண்டிருப்பதில் என்ன சுவாரசியம் இருக்கிறது? அது தன் கோர நாக்குகளை நீட்டி நம்மை, சில நேரங்களில் நம் மொத்த வாழ்வையும் பலி கேட்கிறது. தலைகீழாய்ப் புரட்டிப்போட்டு ஒன்றுமே தெரியாதது மாதிரி நின்று வேடிக்கையும் பார்க்கிறது.

எட்டு வயதான அவளையும், தம்பியையும், அவளுக்காகவே வாழ்ந்த அப்பாவையும் விட்டுவிட்டு அம்மா தனக்குப் பிடித்த ஒருவனோடு போய் விடுகிறாள். ஒரு புலர்காலை இவர்களுக்கு மட்டும் இருளாய் மாறிவிட்ட துக்கநாள் அது. அம்மா அவனோடு ரயிலேறிப் போய் விட்டதைப் பார்த்ததாகப் பலர் சொல்கிறார்கள். அக்காவாய், அம்மாவாய்த் தம்பியோடு வாழப் பழகின நாட்களில் உறவுகளின் நிர்பந்தத்தில், இரண்டாவதாகக் கல்யாணம் பண்ணச் சொல்லி பட்டினி கிடந்து, அழுது புலம்பி எதிர் வரப்போகும் தீமை அறியாமல் அப்பாவைச் சம்மதிக்க வைக்கிறாள். புதிதாக வந்த சித்தி ஏனோ தம்பியிடம் ஒன்றிப்போய் இவளைத் தனித்துவிட, சிறு வயதிலிருந்தே முறைப்பையனாய் அறியப்பட்டவனும் உதாசீனப்படுத்துகிறான். வாழ்வு தள்ளாட்டத்தின் உச்சத்திற்குப் போகிறது. ஆனாலும் பள்ளியில் மிகச் சிறந்த மாணவி, பேச்சுப்போட்டி, பட்டிமன்றங்கள், பாரதியின் கண்ணம்மாவென அது குதூகலமாய் இருக்கிறது. அதன் நீட்சியாக முதன்முறையாய்க் கண்ணூரிலிருந்து குருவாயூருக்குச் சுற்றுலா செல்கிறார்கள். கோவில் வாசல் கடையில் பொருள் வாங்கியபடி நின்றிருந்தபோது கடைக்காரன் தன்னை உற்றுப் பார்ப்பதைக் கண்டு கவனம் சிதற, கடைக்காரன் அவசரமாக மறுத்து, இங்கு உன்னைப் போலவே ஒரு அம்மா இருக்காங்க அதான் பார்த்தேன் என்கிறார். நிஜமாகவே அற்புதத்தில்

ஆழும் அந்தப் பதின் பருவப்பெண் அவரிடம் முகவரி வாங்கி அந்த அம்மாவைத் தேடத் துவங்குகிறாள். சுற்றுலாப் பயணத்தில் கண்டுபிடிக்க முடியாத அப்பெண்ணின் முகவரியுடன் ஒரு கடிதம் புகைப்படத்துடன் வீட்டிற்கு வருகிறது. அது அவளுடைய அம்மா. பத்து வருடத்திற்கு முன்பு தன் சுகம் மட்டும் போதும் என்று வீட்டை விட்டு ஓடிப்போன அம்மா, எவ்வளவு கேவலப்பட்டாலும் தனக்குப் பிடித்த வாழ்வை வாழ்ந்தாக வேண்டுமென தீர்மானித்த அம்மா.

தனக்கு வரும் காதல் கடிதத்தைக்கூட அப்பாவிடம் காட்டிச் சிரிக்கும் அவள், எல்லாவற்றையும் பகிர்ந்து கொள்ளும் அவள், ஏனோ இதை மட்டும் அவரிடம் மறைக்கிறாள். அது மிகுந்த மன இடைவெளியை அவருக்குத் தருகிறது. எவ்வளவு சொல்லியும் அப்பாவைச் சமாதானப்படுத்த முடியாத ஒரு துர்சகுனத்தில் அம்மா அவளைத் தேடிக் கோயம்புத்தூர் வருகிறாள். தன் மகளைத் தன்னிடம் அனுப்பக் கோரி பிடிவாதம் பிடிக்கிறாள்.

அதுவரை தன் மனதில் ஹீரோவாக நிலைத்திருந்த அப்பா சாதாரண மனிதனாக மாறி பத்து வருடத்திற்கு முன்பு பிரிந்துபோன மனைவிக்கு எதிராக நீதிமன்றத்தில் வழக்கு தொடுக்கிறார். வாழ்வின் புரியாத புதிர்களில் ஒன்றாக இத்தனை வருடங்கள் கழித்து விவாகரத்து கிடைக்கிறது. மகள் 17 வயதும் ஆறு மாதமுமாக இருப்பதால் அவள் அம்மாவிடமோ அப்பாவிடமோ போகலாம் என நீதிமன்றம் தீர்ப்பளித்தபோது அவள் இரண்டு பேரையும் மறுத்து விடுதிக்குச் செல்கிறாள். ஆறு மாதம் முடியக் காத்திருந்த அம்மா வந்து, நல்ல வேலையும் வாழ்வும் அமைத்துத் தருவதாகச் சொல்ல, அதுவரை தாயின் செட்டைக்குள் அடைபடும் சூட்டிற்காக ஏங்கிய மனது அம்மாவின் பின்னால் செல்கிறது.

ஒரு வருடமாக அன்பொழுகப் பேசிப்பேசி தன்னுடன் கூட்டிக்கொண்டுபோன அம்மா, ஆமாம் அப்படியும் அந்த உறவைச் சொல்லலாம். அந்த அம்மா தன் வருங்கால வசதியான, ஒய்யாரமான

வெளிநாட்டு வாழ்க்கைக்காய் இவ்வளவு நாட்கள் பிரிந்திருந்த தன் மகளை ஒரு பெரிய மனிதனாய் இந்த உலகம் அங்கீகரிக்கபட்ட ஒரு மனிதனுக்குப் பணத்திற்கு விற்று, தான் இத்தனை நாட்களாய் காண்பித்த போலிப் பிரியத்தை முடித்துக் கொள்கிறாள். தனக்கு ஏதோ நல்லது செய்கிறாள் அம்மா என்ற மனதைச் சுக்கு நூறாக்கித் தன்னைவிட இருபத்தி ஐந்து வயதுப் பெரியவனான இந்த மனிதன் வேலை வாங்கித் தருவதற்குப் பதிலாக எதற்கு மருத்துவமனைக்கு எல்லாம் அழைத்துச் செல்கிறான் என்று புரியாத நாட்கள் அவை. இருபத்திநாலு மணி நேரக் குடிகாரனான, காசநோய்க்கு ஆளான, தன் தந்தையை விடப் பெரியவனான ஓர் ஆளுடன் கேள்விகளும் புலம்பல்களும் விவாதங்களுமாய் ஒரு வாழ்வை ஆறு வருடங்கள் வாழ்ந்து தீர்க்கிறாள். பேச்சுப் போட்டிகளில் பரிசு பெற்று எப்போதும் தன் கைகளை அலங்கரித்த கோப்பைகளும் கழுத்தில் விழுந்த மெடல்களுமாய் பாரதியின் கவிதையாய் வாழ்ந்த வாழ்வை இழந்து, எவனோ ஒருவனுக்கு வெறும் ஹோம் நர்ஸாகவும் சில நேரங்களின் மிருகத்தனமான காமத்திற்கு இரையாகவும், பல நேரம் நண்பர்களின் மதுவுக்கு உணவு தயாரிக்கும் தாதியாகவும் கடந்த நாட்கள் அவை. இவளுடைய அழகும் பிரியமும் அந்த வயதான மனிதனைப் பாடாய்ப் படுத்த, பலமுறை நாம் ஒன்றாய் தற்கொலை செய்து கொள்ளலாம் என்றுகூட நிர்பந்தித்திருக்கிறார். தனக்குப் பின்னால் யாரையும் அவள் திருமணம்செய்து கொள்ளக்கூடாதென்று சத்தியம் வாங்கியிருக்கிறார். ஆனால் எந்தச் சூழலிலும் இந்த வாழ்வை முடித்துக்கொண்டு தற்கொலை செய்துகொள்ள அவளுக்குத் தோன்றியதேயில்லை. தான் செய்யவேண்டியது ஏதோ ஒன்று மீதமிருப்பதாய் உணர்ந்த நிமிடங்களில் அவள் வாழ்வை நங்கூரமிட்டு நிறுத்திக் கொள்கிறாள்.

பெற்ற அம்மாவால் விற்கப்பட்டு, வாழ்வின் சூட்சுமங்கள் ஒன்றுமே தெரியாத வயதில் கூட்டிக்கொண்டுபோன மனிதன் இறந்த

மூன்றாம்நாள் முதல் மூன்று மனைவிகளும் அவர்களின் பிள்ளைகளுமாய் இவளை விரட்டப் பார்க்கக் கணவனின் நண்பர்களின் உதவியுடன் வீட்டிலிருக்கும் பொருட்களையெல்லாம் எடுத்துப் பார்க்கிறாள். அதில் அதுவரை தனக்குத் தெரியாமலிருந்த பல ரகசியங்கள் ஒவ்வொன்றாய் விடுபடுகின்றன. தன்னை நான்காவது மனைவியாய்க் கூட்டிக்கொண்டு வந்தாலும் மொத்த சொத்தையும் இவள் பெயருக்கே உயில் எழுதி வைத்திருப்பதும், தன் பிள்ளைகளை நன்றாகப் பார்த்துக்கொள்ளச் சொல்லியும் இருந்தது இவளை ஆச்சரியப்படுத்துகிறது. தன்னை இந்த மனிதன் எவ்வளவு நேசித்தார் என்பதும், அவள் சாதாரணப் பெண்ணில்லை என்பதைத் தான் உணர்ந்ததாகவும் நண்பர்களிடம் சொல்லியிருப்பதும் புரிய வருகிறது. அந்த நிமிடங்கள் அவள் வாழ்வில் ஏற்படுத்தின மாற்றங்களைச் சொல்ல என் வார்த்தைகளுக்கு உரமில்லை.

தான் அதுவரை சந்தித்த பல நம்பிக்கை துரோகங்களுக்கு மத்தியில் தன் கணவனாய் ஆறு வருடங்கள் மட்டுமே வாழ்ந்தவர் அவளுக்குக் கருணையும் ஈரமுமுள்ள மனிதனாய் மாறிப் போகிறார். அன்றிலிருந்து அவரின் மூன்று மனைவிகளையும் பிள்ளைகளையும் பார்த்துக்கொண்டு மட்டுமே நின்றிருந்தால் அவள் லட்சக்கணக்கான பெண்களில் ஒருத்தியாக மாறிப் போயிருப்பாள். ஆனால் உயில் தந்த சொத்துக்களுடன் உடல்நலமற்ற மனிதர்களின் பக்கத்தில் நின்று அவர்களின் மறுபக்கமாய் நிற்கிறாள். உறுப்பு தானம், சிறு நீரக அறுவை சிகிச்சை, டயாலிசஸ் எனத் தன் வாழ்வை விசாலமாக்குகிறாள். மிக முக்கியமாக மலைவாழ் பெண்களுக்கு அரணாய், அம்மாவாயிருக்கிறாள். தன் ஒரு சிறு நீரகத்தைப் பெயர் தெரியாத யாரோ ஒருவருக்குத் தானமாகக் கொடுத்து அவளொரு சமூக மனுஷியாக மாறிப் போகிறாள்.

இன்று பல விருதுகளும் பாராட்டுகளும் பெற்று புகழின் வெளிச்சத்திலிருக்கும் அவள் பெயர் உமா ப்ரேமன், கேரள மக்களின்

பிரியமான உமாசேச்சி, மலைவாழ் மக்களால் தன் குடும்பத்தில் ஒருத்தியாய் நேசிக்கிற உமா, கேரள அரசும் அமைச்சர்களும் பார்த்து வியக்கிற உமா மேடம், பத்திரிகைகளிலும் தொலைக்காட்சி சேனல்களிலும் முக்கியப் பங்காளி. இந்த அதீத வெளிச்சம் கண் கூச வைத்தாலும் அது தனக்குத் தேவையேயில்லையெனக் கடந்து போகத் தெரிந்திருந்த உமா ப்ரேமனை எல்லாவற்றிலும் உச்சமாய் இந்தியாவின் சிறந்த நூறு பெண்களில் ஒருத்தியென ஜனாதிபதி இந்த வருடக் குடியரசு தினத்தன்று சந்தித்திருக்கிறார்.

"Shanthi Medical Information Centre" என்ற அமைப்பை ஆரம்பித்து மருத்துவ உதவிகளை செய்யும் உமா ப்ரேமனை ஈரத்தின் எந்தப் பிசுபிசுப்புமின்றி விற்றுவிட்டுப் போன அம்மா லண்டனிலிருந்து எப்படி எப்படியோ இப்போது தொடர்பு கொள்கிறாள். நான் உன்னிடம் வர ஆசைப்படுகிறேன். கடைசி காலத்தில் என்னை உன்னிடம் வைத்துக்கொள் என்று வயோதிகத்தின் வாசலில் நின்று யாருமற்ற தனிமைநெருப்பு வாட்ட மன்றாடுகிறாள். உமா ஈரம் உள்ளவள், கருணை மிக்கவள், அதனால் சொல்கிறாள், "தாராளமாக இங்கு நான் நடத்தும் மருத்துவமனையில் ஒருத்தியாக நீங்களும் வந்து தங்கிக் கொள்ளலாம். நாங்கள் நன்றாகப் பார்த்துக் கொள்கிறோம். ஆனால் ஒருபோதும் ஒருபோதும் என் அம்மாவாய் அல்ல, ஒரு பாவப்பட்ட நோயாளியாய் மட்டுமே இங்கே இருக்க முடியும்"

உமா ப்ரேமனின் வாழ்வு புதிரானது. வெவ்வேறு உணர்வுகளையும் அழுகையையும் துக்கத்தையும் கொண்டு வந்தாலும், தனக்கு இந்த வாழ்வின் மீதோ சொந்தங்களின் மீதோ முகம் தெரியாத ஆட்களின் மீதோ எந்தப் புகாரும் இல்லை. நான் எந்தக் கழிவிரக்கத்தையும் யாரிடமிருந்தும் கோரவில்லை என்ற உமாவின் வாழ்வனுபங்களிலிருந்து நாம் நிறையக் கற்றுக்கொள்ள வேண்டியிருக்கிறது.

இரண்டு நாட்கள் முன்புதான் எனக்கு உமாவைத் தெரியும், ஆனால் இன்று இதோ என் வீட்டில் என்னோடு உட்கார்ந்து பேசிக் கொண்டிருக்கிறார். ஆச்சரியப்பட்ட என்னிடம், "பேசின உடனே பாக்கணும்னு தோணிச்சு, அதை ஏன் தள்ளிப் போடணும், கிளம்பி வந்திட்டேன். தூங்கும்போது எந்தக் கனவையும் காண நான் விரும்புவதில்லை. நினைத்ததை உடனே செஞ்சிடுவேன் ஷைலஜா" என்று சிரிக்கும் உமாவின் கண்களை அற்புதமாய்ப் பார்த்துக் கொண்டிருக்கிறேன். அது நிறையச் செய்திகளைத் தந்தபடியேயிருக்கிறது.

மெகா ஸ்டார் மம்முட்டியின் எளிய மொழிபெயர்ப்பாளராக

"ஷைலஜா பொங்கல் வாழ்த்துகள். எனக்கு என்ன கொண்டு வந்திருக்கீங்க உங்க ஊர்லயிருந்து?" கை கூப்பியபடி வாழ்த்து சொன்ன மெகா ஸ்டார் மம்முட்டியிடம் என்ன சொல்ல?

"கொண்டு வந்திருக்கேன் சார், எங்கள் நிலத்து அரிசி, பருப்பு, உளுந்து, மல்லாட்டை, பாசிப் பருப்பு, அவல், கேழ்வரகு, கம்பு என இயற்கையாய் விளைவித்த பொருட்களைக் கொண்டுவந்திருக்கேன் சார்" என்றேன்.

இருபது வருடங்களுக்கு முன்பு ஒரு படப்பிடிப்பிற்காய் திருவண்ணாமலைக்கு வந்த திரைக்கலைஞர் மம்முட்டியோடு குடும்ப ரீதியான நட்பு எங்களுக்கு உண்டு. முதலில் அவர் வந்தபோது ஒரு சினிமா நடிகரென்ற அளவில் மட்டுமே அவரை அணுக முடிந்தது. ஆனால் பத்து நாட்களிலேயே அவர் வெறும் நடிகரல்ல என்பது புரிய ஆரம்பித்தபோது நாங்கள் இன்னும் அவரோடு அணுக்கமாயிருந்தோம்.

என்னுடைய முதல் புத்தகமான 'சிதம்பர நினைவுகளுக்கு' சென்னையில் நடத்திய அறிமுக விழாவிற்கு எந்த ஆடம்பரமும் இல்லாமல் வந்து பேசிப் போகும்போது, 'ஷைலஜா, பாலசந்திரன்

என்னோட ஜூனியர். நாங்க ரெண்டு பேரும் மகாராஜாஸ் காலேஜ் ஸ்டூண்ட்ஸ், அது போகட்டும் என்னோட புத்தகத்தை ஷைலஜா மொழிமாற்றம் செய்ய முடியுமா?' என்று கேட்டார். அவருடைய வாழ்வனுபவங்களான 'காழ்ச்சப்பாடு' என்ற புத்தகத்தைத் தேடிக் கிடைக்காமல் (பதிப்பிக்கும் மொத்தப் பிரதிகளும் கேரளவில் விற்றுத் தீர்ந்து போகிறது) ஒரு வருடம் காத்திருந்து எனக்குக் கிடைத்தது. அந்தப் புத்தகத்தை ''மூன்றாம் பிறை'' (வாழ்வனுபவங்கள்) என்ற பெயரில் மொழிபெயர்த்தேன். சின்னச் சின்ன சம்பவங்களைக் கோர்த்து எழுதப்பட்ட அந்தப் புத்தகம் என் வாழ்வில் பல விஷயங்களைக் கற்றுக் கொடுத்திருக்கிறது.

எது நிம்மதியென்றும் சந்தோஷமென்றும் தெரியாமல் ஓடிக் கொண்டிருக்கும் நம்மிடம் சில செய்திகளைச் சொல்லிவிட்டுப் போகிறார் மம்முட்டி. ''நம் முன்னே தங்கச் சுரங்கமே இருந்தாலும் நமக்கு வேண்டியதை மட்டும் வெட்டி எடுத்துக் கொள்ளும் மனசு தங்கத்தைவிட வசீகரமானது'' இந்த மனசு நிஜமாகவே வசீகரமானதுதான்.

முதியோர் இல்லங்களைப் பற்றிச் சொல்லிச்செல்லும் அவர், ''மிகவும் பாசமாக வளர்த்த நம் தலைமுறையையே பிள்ளைகள் முதியோர் இல்லங்களுக்கு அனுப்பிவிடும்போது எந்த ஒட்டும் ஈரப் பிசுபிசுப்புமின்றி வளர்ந்த பிள்ளைகளுக்கு இதைவிட வசதியான முதியோர் இல்லங்கள் காத்திருக்கிறதென்பதை அவர்கள் நினைவில் வைத்துக்கொள்ள வேண்டும்'' என்கிறார்.

இது சில வரிகள் மட்டுமே. சின்னச் சின்ன மின்னல்கள் அந்தப் புத்தகம் நிறைய ஒளிர்ந்து கொண்டே இருக்கின்றன.

அவரின் வாழ்வனுபவங்களை மொழிபெயர்த்தபோது '' என்னங்க ஒரு நடிகரின் வாழ்க்கையையா?'' என்று கேட்ட நண்பர்கள் எனக்கு உண்டு. ஆனால் அவர்களிடமெல்லாம் முதலில் அவர் ஒரு

இலக்கியவாதி, பிறகுதான் நடிகர் என்று சொல்லியிருக்கிறேன். ஆனால் இப்போது வேறொரு பரிணாமமாய் அவருடைய அறிவின் நுட்பம் நாம் காணும் பல நடிகர்களிடம் காணத்தவறுவதாய் இருக்கிறது. கலை, இலக்கியம், சினிமா, தொழில்நுட்பம், வாழ்வு குறித்த புரிதல் என அவர் காட்டிய விசாலம் பிரமிப்புக்குள்ளாக்கியது. எதைப் பற்றியும் நாம் அவரிடம் பேசலாம், கேட்கலாம். இப்படியொரு அறிவு தீட்சண்யத்தோடு மற்ற நடிகர்கள் இருக்க வேண்டுமென நாம் ஆசைப்படுவதைவிட நான் நிறைய கற்றுக்கொள்ள வேண்டுமென்ற போதாமை வெளிப்பட்ட நிமிடங்கள் அவை.

நடிகராய் அறிமுகமாகிப் பல்வேறு விஷயங்களை விவாதிக்கும் நண்பராய் மாறி, புத்தக மொழிபெயர்ப்பில் இறுகி மகள் சுருமி, மகன் துல்கர் சல்மான் திருமணத்திற்குத் தமிழகத்திலிருந்து அழைக்கப்பட்ட மிகக் குறைந்த நண்பர்களுள் ஒருவரானோம். இயக்குநரும் எங்கள் அன்புத் தம்பியுமான ராமின் அடுத்த படத்தில் மம்முட்டியோடு பவா ஒரு சித்த மருத்துவர் பாத்திரத்தில் நடிக்க வேண்டுமென்ற அன்பின் அழைப்பைத் தட்டவே முடியவில்லை. அதன்பொருட்டு பவா நடிக்க ஆரம்பித்ததும், பொங்கல் விடுமுறையில் நான் குழந்தைகளோடு கொடைக்கானல் போய் மூன்று நாட்கள் படப்பிடிப்புக் குழுவினரோடு இருந்ததும், மீண்டும் மம்முட்டி சாரோடு பேச, விவாதிக்க, கற்றுக்கொள்ளவென நிறைய நேரம் கிடைத்தது. மம்முட்டி என்ற அந்த மகாக் கலைஞன் நடிப்பில் காட்டும் அக்கறையும் அதில் மேம்பட்டு நிற்கும் தருணமும் அசாதாரணம். அதிலும் அடுத்த நிமிடமே சாதாரணமாகிக் குழந்தைகளுடன் கிண்டல் செய்து விளையாடுவதும் தன் செல்பேசியில் தேடித்தேடி ''ஷைலஜா நான் ஒரு கவிதை படித்துக் காட்டட்டுமா?'' என்று கேட்டு 4 பக்கக் கவிதையைப் படித்துக் காண்பிப்பதும் அத்தனை சாதாரணமல்ல.

மம்முட்டி அப்படிப் படப்பிடிப்பின் நடுவே எங்களுக்கு வாசித்துக் காண்பித்த ஷாஜிக்குமாரின் கவிதை:

தலைகீழ் விகிதங்கள்

நான் குடிக்கும்போது மட்டும் ரிஸ்க் எடுப்பதில்லை...

அன்று அலுவலகத்திலிருந்து நேராக வீட்டிற்கு வந்தேன்...

மனைவி அடுக்களையில் சமைத்துக் கொண்டிருந்தாள்...

அடுக்களையிலிருந்து உருளும் பாத்திரங்களின்

சத்தம் கேட்டபடியிருந்தன...

நான் சத்தமெழுப்பாமல் வீட்டின் படியேறி வந்தேன்.

கருநிற அலமாரியிலிருந்து பாட்டிலை மெல்ல

வெளியே எடுத்தேன்...

தாத்தா மட்டும் ஃபோட்டோ ஃபிரேமிலிருந்து என்னைப்

பார்த்துக் கொண்டிருந்தார்.

ஆனால் இப்போது நான் என்ன செய்கிறேனென்று

யாருக்கும் தெரியாது

காரணம் நான் குடிக்கும்போது ரிஸ்க் எடுப்பதில்லை...

பழைய சிங்கின் மேலே அலமாரியிலிருந்து

கவிழ்த்து வைக்கப்பட்ட டம்ளரை எடுத்து ஒரு பெக் அடித்தேன்.

டம்ளரைக் கழுவி, மீண்டும் அலமாரியின்

உள்ளே சரியாக வைத்தேன்...

பாட்டிலை அதே இடத்தில் பத்திரப்படுத்தினேன்.

தாத்தா மட்டும் என்னைப் பார்த்து சிரித்துக் கொண்டிருந்தார்.

நான் மெல்ல சமையலறைக்குள்ளே நுழைந்தேன்.

மனைவி உருளைக்கிழங்கை வெட்டிக் கொண்டிருந்தாள்.
இதுவரை நான் என்ன செய்கிறேனென்று
யாருக்கும் தெரியாது,
காரணம்,
நான் குடிக்கும்போது ரிஸ்க் எடுப்பதில்லை...
என் மனைவியிடம் மிக இயல்பாய் கேட்டேன்
'நம்ம நாயர் மக கல்யாணம் என்ன ஆச்சு?'
மனைவி : அது ஒண்ணும் கைகூடி வரல பாவம் அந்தப் பொண்ணு,
ரொம்பப் பரிதாபம் இப்பவும் அவளுக்கு மாப்பிள்ளை
பார்த்துக் கொண்டிருக்கிறார்களாம்
நான் சட்டென வெளியே வந்தேன்.
கறுத்த அலமாரியிலிருந்து மெலிதான ஒரு சத்தம் வந்தது.
ஆனால் பாட்டிலை எடுத்தபோது கொஞ்சமும்
சத்தம் வராமல் பார்த்துக்கொண்டேன்.
மீண்டும் சிங்கின் மேலிருந்த ரேக்கிலிருந்து டம்ளரை எடுத்தேன்
படபடவென ரெண்டு ரகசிய பெக் அடித்தேன்.
பாட்டிலைக் கழுவி சிங்கிலும் கறுத்த டம்ளரை
   அலமாரியிலும் வைத்தேன்.
ஆனால் இப்போதும் யாருக்கும் நான் என்ன
   செய்கிறேனென்று தெரியாது,
காரணம் நான்... நான்...
குடிக்கும்போது ரிஸ்க் எடுப்பதில்லை.

மீண்டும் நான் மனைவியிடம் ''இல்ல அந்த நாயர்

பொண்ணுக்கு இப்ப என்ன வயசிருக்கும்?'' என்றேன்.

மனைவி : என்ன மனுஷன் நீ? இதுகூடத் தெரியாம,

28 முடிஞ்சிடுச்சாம்.

இப்ப வயசான எருமையப்போல ஆயிட்டாளாம்...

நான் : ஓ... அப்படியா ம்...

நான் மீண்டுமொரு சந்தர்ப்பத்தை உருவாக்கினேன்.

அலமாரியிலிருந்து ஓர் உருளைக்கிழங்கை எடுத்தேன்.

இதெப்படியடா கடவுளே! அலமாரி சத்தமில்லாமல் இருக்கிறது?

நான் ரேக்கிலிருந்து அந்த பாட்டிலைக் கவிழ்த்து

சிங்கில் ஒரு பெக் ஊற்றி ஒரே மூச்சில் அடித்தேன்

தாத்தா இப்போது சத்தமாய்ச் சிரிப்பது எனக்கு மட்டும் கேட்டது

நான் அவசரமாய் ரேக்கை எடுத்து உருளைக்கிழங்கில் வைத்தேன்...

தாத்தாவின் ஃபோட்டோவைக் கழுவி

கறுத்த அலமாரியின் உள்ளே வைத்தேன்...

இவள் என்ன செய்கிறாள்? சிங்கை எடுத்து

அடுப்பின் மேலே வைக்கிறாள்!

ஆனால் இப்போதும் நான் என்ன செய்கிறேனென்று

யாருக்கும் தெரியாது,

காரணம் நான்... நான்... குடிக்கும்போது ரிஸ்க் எடுப்பதில்லை

(இதென்ன கடவுளே விக்கல் வருது!

யார் என்னை நினைக்கிறார்கள்)

நான் கோபமாக மனைவியிடம் : நீ எதுக்காக

அந்த நாயரை எருமைன்னு சொன்னே?

இனி நீ அப்படி பேசினா நான் உன் நாக்கை அறுத்துடுவேன்

மனைவி : அய்யோ நான் இப்ப என்ன சொன்னேன்

நீ இப்ப வெளியப்போறதுதான் ரெண்டு பேருக்கும் நல்லது.

நான் உருளைக்கிழங்கிலிருந்து பாட்டிலை எடுத்தேன்.

கறுத்த அலமாரிக்குள்ளே போய் ஒரு பெக் அடித்து

சிங்கைக் கழுவி ரேக்கின் மேலே வைத்தேன்.

இப்போது மனைவி ஃபிரேமிலிருந்து என்னைப் பார்த்து

சிரித்துக் கொண்டிருக்கிறாள்

தாத்தா அடுக்களையில் அவசரமாய் சமைத்துக் கொண்டிருக்கிறார்.

ஆனால் இப்போதும் நான் என்ன செய்கிறேனென்று

யாருக்கும் தெரியாது

காரணம் நான்... நான்...

குடிக்கும்போது ரிஸ்க் எடுப்பதில்லை.

நான் மனைவியிடம் இயல்பாய் சிரித்தபடி :

இல்ல இந்த நாயர் போயும் போயும் ஏன்

ஒரு எருமையக் கல்யாணம் பண்ணப் போறார்?!!!

மனைவி : அய்யோ என்ன மனுஷன்யா நீ? மொதல்ல

மொகம் கழுவிட்டு வா.

நான் மீண்டும் அடுக்களைக்குப் போய்ச் சத்தமெழுப்பாமல்

ரேக்கின் மேலே உட்கார்ந்தேன்

ஆஹா... ரேக்கின் மேலேயே அடுப்பிருக்கிறதே.

வெளியே அலமாரியிலிருந்து பாட்டில்

அசையும் சத்தம் கேட்கிறது.

நான் எட்டிப் பார்த்தபோது, அவள் சிங்கின் மேலே உட்கார்ந்து

ஒரு பெக் ஊற்றி ரசித்துக் குடித்தபடியிருக்கிறாள்!

ஆனால் இதுவரை ஒரு எருமைக்குக் கூட

நான் என்ன செய்தேனெனத் தெரியவில்லை

காரணம், தாத்தா ஒரு போதும் குடிக்கும்போது ரிஸ்க் எடுப்பதில்லை

நாயர் எருமை இப்போது என் வீட்டுச் சமையலறையில்

சமைத்துக் கொண்டிருக்கிறார்

நான் ஃபோட்டோ ஃபிரேமிலிருந்து என் மனைவியைப் பார்த்து

சிரித்துக்கொண்டிருக்கிறேன்.

காரணம்...காரணம்...நான் ஒரு போதும்...என்னானாலும்..

ஒரு போதும் உருளைக்கிழங்கை மட்டும் தொட மாட்டேன்.

கவிதையை அவர் வாசித்து முடித்தபோது சிரிப்பை மீறின வலி இதயத் தமனிகளில் நிறைத்துக்கொண்டது.

✱ பொங்கல் மதுவிற்பனை மூன்று நாட்களில் 315 கோடி

✱ போன வருடத்தைவிட விற்பனை அதிகம் காட்ட வேண்டுமென்று அதிகாரிகளுக்கு நெருக்கடி

செய்தியைப் படித்தபோது தமிழகமே தள்ளாடுவது போலத் தெரிந்தது. எங்கே போகிறோம் நாம்?

உணவென்பது வயிற்றை நிறைப்பதல்ல...

வீட்டிற்கு வரும் விருந்தினர்கள் மட்டுமல்லாமல் தெரியாதவர்கள் வழிப் போக்கர்கள் என எல்லோருக்கும் உணவளிக்கும் பாரம்பரியத்தில் வளர்ந்தவர்கள் நாம். முதல் உணவகம் வந்தபோது, சோறு போட்டு காசு வாங்கப் போறாங்களாம், கலி முத்திப் போயிடுச்சு, இனி என்னெல்லாம் நிகழுமோ எனப் பயந்த நம் முப்பாட்டன்களும் முப்பாட்டிகளும் இன்றிருந்திருந்தால் பாவம் மருகியே செத்திருப்பார்கள்.

எந்த வீட்டுக் குழந்தையும் விளையாடிவிட்டு ஓடி வந்து யார் வீட்டில் வேண்டுமானாலும் ‘அத்தே தண்ணீ’ என்று குடிக்கவும், அந்த அப்பனுடன் பிறக்காத அத்தை தட்டில் போட்டுத் தருவதைச் சாப்பிடவும் பழகியிருந்த லகுவான சூழல். இரவில் நம் வீட்டில் சோறு போட்டு, பக்கத்து வீட்டு அத்தையிடம் குழம்பு வாங்கித் தெருவில் உட்கார்ந்து கலந்து கட்டி சாப்பிட்டு அப்படியே அயர்ந்து தூங்கிவிடும் நாட்களை நம் குழந்தைகளுக்கு எவ்வளவு சொன்னாலும் புரிய மறுக்கிறது. அப்படிச் சோறு கொடுத்து குழம்பு வாங்கி காபித் தூள் கேட்டு சர்க்கரை கொடுத்து என இருந்த கலாச்சாரம் வெறும் கொடுக்கல் வாங்கல் மட்டும்தானா? அத்தை மாமா, பெரியப்பா பெரியம்மா, அண்ணன் அக்கா எனப் பல வீடுகளில் ரத்த உறவுகளை மிஞ்சி

விடுவதில்லையா? அதையெல்லாம் ஒற்றை வார்த்தைகளில் சுருக்கி ஆன்ட்டி, அங்கிள் எனக் கேவலமாகப் பார்க்க நாம் எப்போது கற்றுக் கொண்டோம்? ரெண்டு பச்சை மிளகா கேட்டனுப்பின மத்தியான வேளையில் என் பக்கத்து வீட்டுக்காரி எதிர்வீட்டுப் பெண்ணிடம், 'எவ்ளோ நெலம் வச்சிருக்காங்க, ரெண்டு பேரும் சம்பாதிக்கறாங்க, உங்கிட்ட பச்ச மொளகா கேட்டனுப்புதே' என இழிவு படுத்துகிறார்கள். கதவைச் சாத்திக்கொண்டு சாப்பாடு போட்டு நமக்கு, நம் பிள்ளைகளுக்கு, நம் குடும்பத்துக்கு எனச் சுருங்கிப் போக நாம் கற்றுக்கொண்டு பிள்ளைகளுக்கும் சொல்லிக்கொடுத்து எதைப் பெற்றுக்கொண்டோம்? எல்லா ஈரத்தையும் இழந்து, கசிவைத் துடைத்தெறிந்து பொல பொலவென உதிர்ந்து போயிருக்கிறோம். எத்தனை சேர்த்துப் பிடித்தாலும் கூட மறுக்கிறது.

நம் நாட்டில் உணவு விடுதிகள் ஆரம்பித்தபோது நடுங்கிப்போய், 'சோதன, நாட்டுக்குக் கேடு காலம் வந்திடுச்சு' என்று மக்கள் துடித்திருக்கிறார்கள். ஆனால் இன்று உணவு விடுதிகள்தான் மிக முக்கிய வியாபாரம். தெருவிற்கு பத்து ஹோட்டல்கள் சின்னதும் பெரியதும் மிகப்பெரியதுமாகக் குடியிருப்புகளைத் தாண்டி நிற்கிறது. ஆர்கானிக் உணவுத் திருவிழாக்களும் செட்டிநாடு உணவுத் திருவிழாக்களும், வட நாட்டு உணவுத் திருவிழாக்களுமாக நம்மைத் தேர்ந்தெடுக்க வைக்கிறார்கள். சாப்பாட்டிற்குப் பத்துபேர் வந்தால் ஒரு ஆஃபர், இருபது பேர் வந்தால் இன்னும் கூடுதலான ஆஃபர், பரிசுக் கூப்பன்கள், ஒரு நாள் ஃப்ரீ ஹோம் ஸ்டே என்ற கேவலங்கள் அரங்கேறியபடியே இருக்கின்றன. காசு சம்பாதிப்பதற்காக எந்த மனிதத் துரோகத்தையும் செய்யத் தயங்காத மனநிலைக்கு வியாபாரிகள் போய்விட்டார்கள். உபயோகப்படுத்தும் பொருட்களில் கலப்படம், மிக மலினமான கெட்டுப்போன காய்கறிகள், பழைய எண்ணெய், மசாலாப் பொருட்கள், கறி வகைகள் என எதிலும் நியாயத் தராசு எதிர் திசையிலேயே நிற்கிறது.

இந்த நாட்களிலும்கூட இத்தனைக்கு மத்தியிலும்கூட உணவளிப்பதைத் தாய்மையோடு அணுகும் ஈரத்தோடு சிலர் இருக்கத்தான் செய்கிறார்கள். விஸ்வநாதன் என்ற அந்தக் கறுத்து, மெலிந்த, முகத்தையே சிரிப்புக்கு ஒப்புக்கொடுத்த அண்ணாச்சியின் ‘விஸ்வநாதன் மெஸ்’ ஸில் சாப்பிட்டிருக்கிறீர்களா? ஒரு முறை அந்த அன்பில் தோய்ந்து திளைத்து வரவேண்டும்.

எங்கள் நண்பர் சி.மோகன் அறிமுகப்படுத்தின விஸ்வநாதன் மெஸ் ஒரு அன்னசுரபிதான். சென்னை கடற்கரை சாலையில் டி.ஜி.பி.அலுவலகத்திற்குப் பின்புறம் மிகச் சிறிய உணவகம் அது. தலைவாழை இலை போட்டுத் தண்ணீர் தெளித்து, இலை லேசாய் வதங்கி வாசம் வருமளவு சுடச்சுட சோறுபோட்டு, புன்னகை மாறாமல் அண்ணாச்சி தரும் எறா தொக்கும், நூலளவு மெலிசாக அரிந்து பொன் வறுவலாக வறுக்கப்பட்ட வஞ்சரமீன் வறுவலும் போதும். எந்த இலையில் சாதம் தீர்கிறதென்று சுத்திச் சுத்தி வரும் அண்ணாச்சியின் கண்களுக்கு அல்ல மனசுக்கு மட்டுமே தெரியும். இன்னும் கொஞ்சம் தொக்கு தேவைப்படுகிறதென்று நாம் நினைக்கும்போது அது நம் இலையில் விழுந்திருக்கும். நெஞ்செலும்பு ரசம் போட்டுக்கோங்கக்கா, கொஞ்சம் மட்டன் தொக்கு தொட்டுக்கிடுங்க, தலைக்கறி வைக்கட்டுமா? ஈரல் வறுவல் ரசத்துக்கு ஜோரா இருக்கும். கொஞ்சம் வைக்கட்டுமா? என வீட்டில்கூட பக்கத்திலிருந்து நம்மை யாரும் அப்படி கவனிக்கமாட்டார்கள். அதோடு நாம் கேட்காமலேயே சுடச்சுட கொஞ்சம்போல வெங்காயம் போட்டு ஒரு ஆம்ப்லேட்டோடு மதிய சாப்பாடு முடியும். இதற்கும் மேலதிகமாக மீன் குழம்பும், மட்டன் சாப்சும், நாட்டுக்கோழி குழம்பும் பார்சல் கட்டி வாங்கி வந்துதான் இரவு இட்லிக்கு வைத்துச் சாப்பிட முடியும். எத்தனை கூட்டம் இருந்தாலும் ‘அண்ணாச்சி எப்படியிருக்கார்க்கா?’ என்று மோகன் சாரை கேட்காமல் இருக்க மாட்டார். மோகன் சார் என்னை அறிமுகப்படுத்தியபோது விஸ்வநாதன் அண்ணாச்சிக்கு நான் அவருடைய தங்கை என மனதில்

பதிந்திருக்கும் போல. அதுவும் சந்தோஷம்தானே. எத்தனை பேருக்கு வாய்க்கும் நல்ல சாப்பாடு கிடைக்கும் ஓரிடத்தில் ஓர் அண்ணன்? இரண்டும் கிடைக்கும் நான் பாக்கியவதிதான்.

பயணங்களைப் பொதுவாகத் திட்டமிட்டுச் செயல்படுத்தவில்லை யானாலும் போகும் வழியிலான உணவு வகைகளைத் தீர்மானித்து விடுவோம். கேரளா வரை எங்கு போனாலும் காலை அல்லது மதிய சாப்பாடு அரூர் சுவேதா ஹோட்டலில்தான்.

அது ஓர் அலாதியான அனுபவம். டென்ஷன் இல்லை, பரபரப்பு இல்லை, அவசரம் இல்லை. காலையிலேயே வீட்டிலிருந்து கிளம்பும்போதே ஒரு கடுங்காப்பியை மட்டும் குடித்துவிட்டுப் பசிக்கப் பசிக்க ரெண்டரை மணி நேரத்தில் அரூர் பேரூராட்சி அலுவலகத்தின் அருகில் ஸ்வேதா ஹோட்டலுக்குப் போய்விடுவோம். காலை ஏழு மணியிலிருந்தே சில மணி நேரங்களுக்கு முன்புவரை மேய்ந்து கொண்டிருந்த ஆட்டின் அத்தனை பாகங்களும் தனித்தனியாகக் குழம்பாக மாறி எதைச் சாப்பிடுவதென்ற குழப்பத்தில் நம்மைப் பழி வாங்கும். ஓர் ஓரமாக மிகக் குறைவாக மசாலா ஏற்றப்பட்ட நாட்டுக்கோழி குழம்பு வேறு.

கோட்டி அண்ணனும் அவர் மனைவியும் மச்சானும் குடும்பமும் வீட்டிற்கு விருந்துக்குப் போனதுபோல கவனிப்பார்கள். இட்லி-மேச்சேரி ஆட்டுக்கறி குழம்பு, தோசை-நாட்டுக்கோழி குழம்பு, கொஞ்சம் போட்டி ஃபிரை, ஒரே ஒரு 'ஒண்ணுக்குள்ள ஒண்ணு' அதாவது ஒரு பரோட்டா, அது மேல ஒரு முட்டை அதுக்கும் மேல ஒரு பரோட்டா அதுவே 'ரெண்டுக்குள்ள ஒண்ணு'ன்னா ஒரு பரோட்டா ரெண்டு பக்கமும் முட்டை. சாப்பிட்டு முடிச்சதும் கண்ணு சுத்தி தூக்கமே வந்திடும். அந்த அண்ணனும் அண்ணியும் இதை ஒரு தொழிலாகச் செய்யவேயில்லை. மேச்சேரி ஆடு, சந்தையில் வாங்கின கோழி, கிருஷ்ணகிரி டேமில் பிடித்த மீன் என அப்போதுதான் வாங்கி வந்து அம்மியில் மசாலா அரைத்து அந்த அண்ணியே குழம்பு வைத்து

வருபவர்களைத் தன் வீட்டிற்கு வரும் விருந்தாளி போல உபசரித்து, அது நிச்சயமாக வியாபாரமில்லை. என் மகன் வம்சியை அவர்களுக்கு ரொம்பப் பிடிக்கும். 'லீவில தம்பிய நாலு நாள் விட்டுட்டுப் போங்கக்கா, பக்கத்தில மலைக்கோவில்லாம் இருக்கு, சுத்திக் காமிச்சு கூட்டிட்டு வரோம்' எனும் அன்புக்குக் கட்டுப்படவே தோன்றும்.

நாடு முழுக்க மாட்டிறைச்சி என்ற பெயரால் நடக்கும் உணவு அரசியல் மக்களை ஏதேதோ பீதிக்குள்ளும் எதிர்வரும் நாட்கள் பற்றின அச்சத்தோடும் பார்க்க வைக்கிற சூழலில் அதெல்லாம் இல்லாமல் அவரவர்களுக்கான உணவைத் தேர்ந்தெடுத்து உண்ணும் சுதந்திர மனநிலை நமக்கு வாய்த்தாலே போதுமென்றிருக்கிறது.

பொத்தி வைத்துக் காத்திருந்த அபூர்வ நிமிடங்கள்

> 'வாழ்க்கை மகா அற்புதமான ஒன்று. ஒருபோதும் எதிர்பார்க்காத ஏதோ ஒன்றை, அது உங்களுக்காகப் பொத்திவைத்துக் காத்திருக்கும், எப்போதும்'
>
> -பாலசந்திரன் சுள்ளிக்காடு

வாழ்வின் சில நிகழ்வுகள் மங்கி மறைந்து போகாமல் மனசில் மீண்டும் மீண்டும் அலை மோதிக் கொண்டிருக்கின்றன. ஒரு வெயில் முற்றிய மத்தியானத்தில் நானும் பவாவும் எங்கள் நிலத்திற்குப் போகிறோம். எங்கள் நிலத்து ஒற்றை அறை கொண்ட வீட்டில் தஸ்லிமாவும் அவருடைய வாழ்க்கைத் துணையான விஸ்வா என்கிற ஃபின்லாண்ட் நாட்டின் பெக்காவும் தங்கியிருக்கிறார்கள். நாங்கள் நிலத்திற்குப் போனபோது மேலும் இரண்டு வெளிநாட்டுக்காரர்கள் அங்கிருந்தார்கள். எங்களை அவர்களுக்கு விஸ்வா, இந்த நிலத்தின் உரிமையாளர்கள் என்று அறிமுகப்படுத்தினார். நாங்கள் அதை உடன் மறுத்தோம். திருவண்ணாமலையில் இருக்கும் எழுத்தாளர்கள் என்று திருத்தினோம். தரையில் உட்கார்ந்து கேட்டுக் கொண்டிருந்த அந்த வயதான பெண்மணி மெல்ல தன் பையைத் திறந்து டைரியை எடுத்து,

''நான் இந்தியா வரும்போது ஒரு தமிழ் எழுத்தாளரை சந்திக்க வேண்டுமென்று விரும்பினேன். அவரை உங்களுக்குத் தெரியுமாவென்று பாருங்கள்'' என்று டைரியை எங்களிடம் நீட்டுகிறார். அதில் 'பவா செல்லதுரை என்றும் 19. டி.எம். சாரோனிலிருந்து' என்று பவாவின் புத்தகத்தின் பெயரும் எழுதப்பட்டிருந்தது. எங்களின் ஆச்சரியத்திற்கும் மகிழ்விற்கும் எல்லையே இல்லை. அந்த அம்மாவிற்கும் அப்படியே. சட்டென ஒரு குழந்தையின் மகிழ்வோடு துள்ளி எழுந்து வந்து பக்கத்தில் உட்கார்ந்து புகைப்படம் எடுத்துக்கொண்டு பிரிந்த காட்சி இன்னும் எனக்குள் அப்படியே தங்கிவிட்டது. கடல் கடந்து வந்து பல நபர்களைந் சந்திக்கத் திட்டமிட்டு அதில் ஒரு எழுத்தாளரையும் சந்திக்க விரும்பி அது நாமாகவே இருக்கும் பரவசத்தை என்னவென்று சொல்ல?

கேரளாவிற்கு ஒரு நூலகம் மற்றும் ஆராய்ச்சிக் கூடத்திற்கு அடிக்கல் நாட்டும் விழாவில் கலந்துகொள்ள மலப்புரம் மாவட்டத்திற்கு சிறப்பு விருந்தினர்களாக அழைக்கப்பட்டிருந்தோம். போகும் வழியில் தர்மபுரிக்குப் பக்கத்தில், எங்கள் நிலத்திற்குப் பழைய காலத்து ரெட்டை மாட்டுவண்டி கொடுத்த வடிவேல் அண்ணனைப் பார்க்கப் போயிருந்தோம். அங்கு அவருடைய மனைவி, குழந்தைகள், பெரிய அண்ணன்கள் இரண்டுபேர், அவர்களின் மனைவிகள், குழந்தைகள், தாத்தா என எல்லோரும் இருக்க வடிவேல் அண்ணன் மட்டுமில்லை. மெல்ல மெல்ல விசாரிக்க, மழை பொய்த்துப் போய், விவசாயம் பலனளிக்காமல் வறுமை சுடுவெயிலாய் அந்தக் குடும்பத்தைச் சுட்டெரிக்க, தன் பிள்ளைகளின் காய்ந்த வயிறைக் காணப்பொறாமல் கேரளாவிற்கு கேபிள் பள்ளம் எடுக்கப் போயிருக்கிறார் என்று சொன்னார்கள். மனசில் ஏறின பாரத்திற்கு அளவீடில்லை. இன்னும் ஆறு மாதமாகுமாம் வர. அதற்குள் இருக்கும் ஒரு ஆண்பிள்ளையை மட்டுமாவது எப்படியாவது பள்ளியில் சேர்த்துப் படிக்க வைக்க வேண்டுமென்று அந்த வற்றி வதங்கிப்போன பெண் சொன்னது என்னைக் கலங்கடித்தது.

காரில் ஏறி உட்கார்ந்ததும் மன வேதனை தாங்க முடியாமல் அவருடைய எண்ணிற்குக் கூப்பிடுகிறேன். எல்லாம் விசாரித்துவிட்டு 'எங்கண்ணா இருக்கீங்க கேரளாவில?' என்று கேட்கிறேன். அவர், 'மலப்புறத்தில 'குற்றிப்புறம்'ன்னு ஒரு ஊருங்க அங்கதான் இருக்கேன்' என்கிறார். எனக்கு சந்தோஷம் தாங்க முடியவில்லை. நானும் அங்குதான் வருகிறேன், என் நண்பர் 'நஜீப் குற்றிப்புறம்' அங்கிருக்கிறார். அவர் வீட்டில் தங்கிவிட்டு தான் நான் நிகழ்ச்சிக்குப் போகிறேன் என்று சொல்லி கேரளா போனபிறகு அவரைச் சந்தித்தோம். வயிற்றுப் பிழைப்பிற்காய் மொழி தெரியாத தேசத்தில் தனிமைப்பட்டிருந்த வடிவேல் அண்ணனின் முகம் எங்களை அங்கு பார்த்ததில் மலர்ந்த சந்தோஷத்தை என் எழுத்தில் வடிக்க முடியாது.

கேரளாவில் நண்பர் 'நஜீப் குற்றிப்புறம்' நூலக அடிக்கல் நாட்டு விழாவிற்கு எங்களை அழைத்துப் போனார். எம்.முகுந்தனும் பவாவும் நானும் அந்த விழாவில் முக்கியப்பங்கு வகித்தோம். மறுநாள் நஜீப் எங்களை எம்.முகுந்தனின் சொந்த ஊரான 'மாஹி'க்கு ரயிலில் அழைத்துச் சென்றார். ரயில்வே ஸ்டேஷனின் கடையில் சில புத்தகங்கள் வாங்கினோம். அதில் மாதமொரு முறை வரும் 'வீடு' என்ற புத்தகமும் இருந்தது. அது எனக்கு எப்போதும் பிடித்த புத்தகம். அதில் கேரளாவின் மிக அழகான வீடுகளும் பக்கத்திலேயே அதன் வரைபடங்களும் அச்சிடப்பட்டிருக்கும். பல அற்புதமான புகைப்படங்களும் அதைப்பற்றிய தகவல்களும் இருக்கும். சில வடிவமைப்பாளர்களைப் பற்றியும் எழுதப்பட்டிருக்கும். அதனால் எப்போதுமே 'வீடு' புத்தகம் எனக்கு ஸ்பெஷல். ஓடும் ரயிலில் புத்தகத்தின் பக்கங்களைப் புரட்டியபோது 'அஜீப் கோமாச்சி' என்ற புகைப்படக் கலைஞனின் புகைப்படங்கள் என்னை மிகவும் ஈர்த்தன. கோமாச்சி என்ற ஜப்பானிய வார்த்தைக்கு மனதை மயக்குவது என்று பொருளாம். இரவு வெளிச்சத்தில் எடுக்கப்பட்ட மசூதி, கட்டிடங்கள், இயற்கை என அவர் எடுத்த புகைப்படங்கள் அலாதியானவை.

இவற்றையெல்லாம் பார்த்தபடி பயணித்த நாங்கள் கேரளாவின் நாகரிக நகரமான 'தலச்சேரி'க்கு மாலையில் போய்ச் சேர்ந்தோம். காரிலிருந்து இறங்கிய நண்பர் நஜீப் என்னிடம் வந்து, 'ஷைலஜா இன்னக்கி நீங்க ஒரு முக்கியமான நிகழ்ச்சியில பங்கெடுக்கப் போறீங்க. வட இந்திய மக்களில் ஒரு பாகத்தினர் மிகவும் கஷ்டப்பாடுள்ள ரீதியில் வாழறாங்க. அதை ஒரு ஃபோட்டோகிராஃபர் ஒரு வருஷம் தங்கி ஃபோட்டோ எடுத்து வந்திருக்கார். அந்தப் புகைப்படங்களை வெச்சு நாம அவங்களுக்கு உதவப் போறோம். அவர் வேறு யாருமல்ல அஜீப் கோமாச்சி' என்று கொஞ்சம் தமிழ் கலந்த மலையாளத்தில் மெல்லிய சிரிப்புடன் சொன்னபோது என்னால் என்னை நம்பவே முடியவில்லை.

வாழ்க்கை மகா அற்புதமான ஒன்றுதான். அது ஒருபோதும் எதிர்பார்க்காத ஏதோ ஒன்றை, நமக்காகப் பொத்திவைத்துக் காத்திருக்கும், எப்போதும்.

என்னுள் தகிக்கும் இயலாப் பயணங்கள்

ஊர்சுற்றல், பயணங்கள், அதிலும் முக்கியமாய் இலக்கற்ற பயணங்கள், சுற்றுலா போவது, குடும்பத்தோடு வெளியூருக்கான பயணங்கள் எல்லாமே ஓர் இடத்திலிருந்து மற்றொரு இடத்திற்குப் போவதுதானென்றாலும் எல்லாமே பயணங்களா? எல்லாவற்றிலிருந்தும் வாழ்வனுபவங்களைப் பெற முடியுமா? அதெல்லாம் நமக்குள் ஊறி நம் படைப்பு மனநிலைக்கு உரம் சேர்க்குமா?

எழுத்தாள நண்பர்கள் தனியாகவும் குழுக்களாகவும் பயணங்கள் போவதைப் பார்க்கும்போது பெரிய ஏக்கமாகிப் போவேன். சின்ன வயதில் என்னென்னவோ காரணங்களால் மிகவும் பொத்திப் பொத்தி வளர்க்கப்பட்ட எனக்குள்ளே இப்படியான இலக்கில்லாப் பயணங்கள் மேல் எப்போதும் தீராத மோகமுண்டு. பயணங்களினூடான இருண்ட அறையினுள் அந்த ஆசை சீராய் எரியும் விளக்கின் பொறியாய் எப்போதும் சுடர் விட்டுக்கொண்டிருக்கும்.

இந்த ஊர்சுற்றலில் பெண்களுக்கு ஆண்கள் பரவாயில்லை. பரவாயில்லை என்ன? நன்றாகவே சுற்றுகிறார்கள். நினைத்த நேரத்தில் எல்லாவற்றிலிருந்தும் விடுபட்டு உடனே அவர்களால் கிளம்ப

முடிகிறது. அதற்காக அவர்கள் யாரிடமும் அனுமதி கேட்க வேண்டியதில்லை. சில நேரங்களில் தகவல் சொல்ல வேண்டிய அவசியமும் இல்லை.

வெளிநாடுகளிலிருந்து வரும் பயணிகளும், அவர்கள் சில மாதங்கள் மட்டும் தேர்ந்தெடுத்துத் தங்குவதும் எங்கள் ஊரில் அதிகம். பதின் பருவத்தில் தொடங்கி வயது முதிர்ந்த நிலையிலும் கூட வரும் அவர்கள் எனக்கு எப்போதும் ஆச்சரியமேற்படுத்துபவர்கள். பல ஆயிரக்கணக்கான மைல்கள் பயணித்து விமானத்திலும் பிறகு ரயிலிலும் பேருந்திலும் ரிக்ஷா வண்டிகளிலும் ஆங்கிலத்தில் பேசி எங்கள் மக்களோடு மக்களாய்க் கலந்திருக்கும் அவர்களால் மட்டும் எப்படித் தங்கள் அன்றாடங்களை விட்டுவிட்டு ஊர் சுற்ற முடிகிறது?

உள்ளூரிலேயே கட்டிக்கொண்டு போன பெண்கள் இன்னும் பாவம். ஆசை என்னவோ ச.தமிழ்செல்வனின் குதிரை வண்டியில் வந்தவன் கதை போல, ரொம்ப தூரம் கல்யாணம் பண்ணிக்கொண்டு போய் எப்போதாவது அம்மா வீட்டிற்கு வரும்போது பெரிய பெரிய சூட்கேஸுகளும் பைகளுமாக டாக்ஸியில் வந்திருங்க வேண்டுமென்பதுதான். ஆனால் உள்ளூரிலேயே மாப்பிள்ளை அமைந்து கோடை விடுமுறையில் கூட பஸ் ஏறிப் போக முடியாத ஏக்கம் அந்தப் பெண்களுக்கு நிலைத்துப் போகிறது.

ஆனால் இரண்டு மூன்று தெரு தள்ளியிருக்கும் அம்மா வீட்டிற்கு ஒரு மாறுதலுக்காகப் போனாலும்கூட வீட்டை ஏறக்கட்டி, குழந்தைகள் பள்ளியிலிருந்து வந்ததும் அவர்களுக்கான சாப்பாடு அல்லது கொஞ்ச நேரம் தங்க மாற்று ஏற்பாடு செய்து, எப்போதும் சொல்லாமல் பொறுப்பற்றுக் கிளம்பும் கணவர்களுக்கு சாப்பாடு எடுத்து வைத்து, பின்பக்கம் முன்பக்கம் கதவு தாளிட்டதை உறுதிசெய்து சாவியை எதிர்வீட்டில் கொடுத்துவிட்டு நெற்றி வேர்வையைத் துடைத்துவிட்டுக் கிளம்புவதற்குள் மதிய சாப்பாட்டு நேரத்திற்குதான் அம்மா வீட்டிற்கே

போகமுடியும். போய் சாப்பிட்டு கொஞ்சம் பேசிக் கொண்டிருப்பதற்குள் சாயந்தரம் கூப்பிட புருஷன் வந்துவிடுவான். இதில் என்ன பயணமும் இட மாறுதலும்? பேசாமல் இங்கேயே இருந்திருக்கலாமோ என்று மாலையின் முடிவில் தோன்றிவிடும்.

எங்கள் ஊருக்குப் பக்கத்திலிருக்கும் டேமிற்குக் குடும்பம் குடும்பமாய் ஆட்கள் வருவதைப் பார்த்திருக்கிறேன். 5 கிலோ 10 கிலோ மீன் வாங்கி, மூன்று நான்கு பெண்கள் ஓடையருகில் உட்கார்ந்து சுத்தம் செய்து, இன்னொரு சிறு கூட்டம் அதைச் சமைத்து, குழந்தைகளுக்கும் ஆண்களுக்கும் பரிமாறி, பெண்கள் உட்கார்ந்து சாப்பிடுவதற்குள் ஆண்களின் குறட்டை கேட்கும். வேலை முடித்து அப்பாடா என்று பின் முதுகில் இடுப்பிற்கும் முதுகெலும்பிற்கும் இடையே சீரான வலி வருமே அதை மெல்ல நீவி விடுவதற்குள் ஆண்களுக்கு டீ தேவைப்படும். டீ குடித்து முடித்து, அப்புறம் என்ன சாயந்தரமாகிவிடும். இப்ப கௌம்பினாத்தான் வீடு போய்ச்சேர சரியாயிருக்கும், கௌம்ப வேண்டியதுதான். சிரித்தும், வலியை வெளிக் காண்பிக்காமலும் அவர்களின் பிக்னிக் அதோடு முடிந்துவிடும். கிட்டத்தட்ட குடும்பப் பெண்களின் எல்லாச் சிறு பயணங்களும் எழுத்தாளர் அம்பையின் ''வீட்டின் மூலையில் ஒரு சமையலறை'' கதைதான்.

சில பெண்கள் விதிவிலக்காகப் பயணிக்கிறார்கள். அது சதவீத அளவில் மிகக் குறைவு. அதற்காக அவர்கள் கொடுக்கும் விலையும், மன உளைச்சலும் அதிகம். வேலை பளு அதிகமாகும்போதும் மன உளைச்சலுக்கு உள்ளாகும்போதும் நான் என் எழுத்தாளத் தோழிகளிடம் சொல்வதுண்டு. இந்த ரோட்டோரத்தில நின்னு எந்த பஸ் வருதோ அதில் ஏறி அப்படியே போயிட்டே இருக்கணும் போலயிருக்கு என்று. தவறாமல் எல்லோரிடமுமிருந்து வரும் பதில் ''அப்படிப் போகும்போது என்னையும் கூப்பிடு. நானும் வரேன்'' என்றாகவேயிருக்கிறது.

"பயணம் ஒண்ணு போதாது" என்ற ஒரு புத்தகத்தோடு தீபனும் முத்துக்குமாரும் கோவையிலிருந்து வந்த போது, அட நாம தவறவிட்ட ஏரியாவாச்சேன்னு அவங்களைப் பாத்து ஒரே சந்தோஷமாயிட்டேன். கோவையிலிருந்து எந்த இலக்குமில்லாமல் போகலாம் என்று நினைத்து அப்படி முடியாமல் 22 000 கிலோமீட்டர் இந்தியா முழுக்க பயணம் செய்து இயற்கை விவசாயம் குறித்து தெரிந்து, புரிந்து, அதிலேயே வாழ்ந்து அதைப் பற்றி ஒரு புத்தகம் கொண்டு வந்திருக்கிறார்கள். தீபனின் பயணத்திற்காக என்ஜினியரிங் முடித்த முத்துக்குமார் வெளிநாட்டிற்குப் போய் சம்பாதித்து ரெண்டு பேருக்கும் பைக் வாங்கி எல்லாச் செலவுகளையும் நண்பனுக்காகச் செய்து ஊர்சுற்றி, நம்ம வீட்டுப் புள்ளய கெடுக்கறானோன்னு பேர் வாங்கி, அதன் எந்தச் சுவடுமில்லாமல் புத்தகம் கொண்டு வந்து வெளியீட்டு விழாவில் சிரித்து புளங்காகிதத்தோடு நின்ற முத்துக்குமார் போன்ற நண்பர்களின் தோள் துணையும் மிகவும் அவசியம்தான். இப்படியானவர்கள்தான் எதிர்காலத்தின் நம்பிக்கையாய் இருக்கிறார்கள். இதுவும் பெண்களுக்கு வாய்க்கவில்லையே என்ற வலி உள்ளுக்குள்ளே இருந்து குடையத்தான் செய்கிறது.

வாழச் சொல்லித் தருகிறதா நம் கல்வி?

டி.எஸ்.பி. விஷ்ணுப்ரியாவின் மரணம் என்னைத் தூங்கவிடாமல் தொடர் அவஸ்தைக்குள்ளாக்கியிருக்கிறது. எவ்வளவு யோசித்துப் பார்த்தாலும் அடங்க மறுக்கிறது மனசு. சமூகத்தின் எத்தனை கோரமுகங்களைத் தாண்டி ஒரு கரு பெண்ணாய்ப் பரிணமிக்க வேண்டியிருக்கிறது? பல காலகட்டங்களை, பருவங்களைத் தாண்டி, போராடி உச்சாணிக் கொம்பிலிருந்து இந்தப் பூமியைத் தரிசிக்க வேண்டியவள் இப்படிக் கோழையாகிப் போனாளே. காவல் துறையில் சாதிக்கத் துடித்த விஷ்ணுப்ரியா அப்படி ஒரு முடிவெடுத்தது வாழ்வை முடித்துக்கொள்ள எடுத்தது துணிச்சலான முடிவா? வாழ வேண்டிய தருணங்களெல்லாம் தன்னிலிருந்து சிந்திப்போகிறது என உணர்ந்த மூடத்தனமா?

மொழி தெரியாமல் ஸ்பெயின் நாட்டிலிருந்து தன் உறுதியான மனதுடன் மட்டுமே இந்தியாவிற்கு வந்த என் ஸ்நேகிதியும் ஓவியருமான காயத்ரி காம்யூஸ் நினைவிற்கு வருகிறார். தன் வீட்டு வாசலில் அடர்ந்து செழித்து வளர்ந்திருந்த வேப்பமரத்தை வெட்ட அரம், வாளோடு வந்த அந்த நிலத்தின் உரிமையாளரும், ரியல் எஸ்டேட் போட்டு நிலத்தை விற்பவருமான, நகரின் மிகுந்த செல்வாக்குடைய நபரைத் தடுத்து நிறுத்தி, 'என்னை வெட்டிவிட்டு

இந்த மரத்தை வெட்டு' என்று ஆங்கிலத்திலும் ஸ்பெயினிலுமாகப் பேசி மரத்தைக் கட்டிப்பிடித்துக் கொண்டு நின்ற உக்கிரம். 'என்னோட பட்டா நிலத்தில் இருக்கும் மரத்தை வெட்ட வேணாம்னு சொல்ல இந்த வெள்ளக்காரி யாரு?' என்ற வழக்கமான கேள்வியைப் புரிந்து கொள்ளக்கூட முயலாத காயத்ரியின் பிடிவாதம் கொஞ்ச நேரத்திலேயே அவரை உலுக்கியது. 'ஏதோ ஊர்லேர்ந்து வந்த பொம்பளக்கே ஒரு மரத்த வெட்டக்கூடாதுன்னு இவ்ளோ அக்கறையிருக்கே, இனி நான் அதை வெட்டவேமாட்டேன்' என்று அவரைத் திரும்பிப் போக வைத்தது. இன்னும்கூட அந்த இடத்தைக் கடக்கையில் வேப்பமரம் தரும் குளிர்காற்றும், அம்மரம் சில வருடங்களுக்கு முன் ஏற்படுத்திய பெரும் சலசலப்பும் என் புன்னகையைக் கோரத் தவறியதில்லை.

மிகச் சாதாரணம் என்று நாம் பொருட்படுத்தாமல் போகும் எத்தனையோ கிராமத்துப் பெண்களில் ஒருத்தியான என் பாட்டுக்கார லட்சுமி, திருமணமான சில வருடங்களிலேயே புருஷன் சாராயம் காய்ச்சுகிறான் என்பதும் பல தவறான வழிகளில் சம்பாதிக்கிறான் என்பதும் தெரியவர, அவன் எவ்வளவு சொல்லியும் கேட்காமல் போக, இனி நாம் கேட்பதில் நம் வேதனை மட்டுமே பெருக்கெடுத்து ஓடப்போகிறதென்று தெரிந்து அவனைப் பழஞ்சாக்கை உதறுவதுபோல உதறிவிட்டுத் தனியாக வாழப் பழகுகிறாள். வாழ்வின் பாடு தீர்க்க மூட்டை தூக்குகிறாள், மாட்டுக்கறி விற்கிறாள், கூடையில் தெருத்தெருவாகச் சுற்றிக் காய்கறி விற்கிறாள், பேருந்தின் ஏணியிலேறி ஆண்களுக்குச் சமமாய் லோடு இறக்குகிறாள், தன் வீட்டு இழவாய் ஊர்ச்சாவை நினைத்து ஒப்பாரி வைத்துப் பாடி, சலங்கை கட்டி ஆடுகிறாள். சாவுச்செய்தி அவளை எட்டாத நாட்களில் உள்ளூர் பூ மார்க்கெட்டிற்குச் சென்று இன்று எந்தப் பக்கம் மாலை போயிருக்கிறதென்று விசாரித்துப் போய் விடுவாள். எல்லாவற்றிலும் இருந்தும் கிடைக்கும் சொற்ப வருமானத்தில் தன் ஐந்து பிள்ளைகளைப்

படிக்க வைத்து ஆளாக்குகிறாள். தானம் செய்கிறாள். ஐம்பது குரங்குகளுக்குத் தினமும் இட்லி வாங்கிக் கொடுக்கிறாள். சமூகத்தின் அங்கமாய்ப் பேரானந்தச் சிரிப்புடன் வலம் வருகிறாள். அவளுக்கு இந்த வாழ்வு குறித்து எந்தப் புகாரும் இல்லை.

ஒரு மதிய வேளையில் என் அலுவலகத்திற்கு, தெருவில் போகும் பெண்ணொருத்தி வருகிறாள். வலது பாகம் முகம் தவிர கால் வரை, தீயில் விழுந்த ஒரு குழந்தையைக் காப்பாற்றப் போய் வெந்து, கறுத்து மெலிந்திருந்த பெண். திருவண்ணாமலைக்குப் பக்கத்திலிருக்கும் கிராமம் கண்ணம்மாவிற்கு. தன் கையில் வைத்திருக்கும் பத்திரத்தில் சந்தேகம் கேட்டவள், நான் குழந்தைகளுக்கு நோட்டுகள் கொடுத்துக் கொண்டிருப்பதைப் பார்த்து தன் குழந்தைகளுக்கும் கேட்கிறாள். உடனே கொடுத்த என்னை ஏனோ அவளுக்குப் பிடித்துவிட்டது. ஊருக்குப் போன பிறகும் எப்போதும் ஏதோ ஒருதொலைபேசி எண்ணிலிருந்து என்னிடம் பேசுவாள். தனக்கு ஏதாவது ஒரு வேலை வேண்டி, தன் மகளை என் வீட்டில் வைத்து படிக்க வைக்கச் சொல்லி, தன் மகனுக்கு டிரைவர் வேலை வாங்கித் தரச்சொல்லி, குடிகாரக் கணவனின் தொல்லையைப் பகிர என ஏதாவது பேசுவாள். மெல்ல மெல்ல நாள் கூலிக்கு என்னிடம் வர ஆரம்பித்தவள் சில நாட்களின் இடைவெளிக்குப் பிறகு எங்கள் நிலத்திற்கே வந்து தங்கிவிட்டாள். அவள் நினைத்த எல்லாவற்றையும் அதற்குள் நிறைவேற்றியிருந்தாள். திடீரென ஒரு ஆளை வரவழைத்து, 'அம்மா இந்தாளுதாம்மா என் புருஷன். ஊர்ல யாருமில்லாம கெடக்குறாரு. எங்கூடயே தங்கி வேல செய்யட்டும்மா என்று மறுபேச்சு பேச முடியாமல் நிற்கும் என் மௌனத்தின் மீதேறி நின்று கணவனை வேலை வாங்குகிறாள். ஆண்கள் செய்யத் தயங்கும் வேலையை அனாவசியமாக செய்யும் உடல் வலிமையும் மன வலிமையும் உடையவள். நிலத்து வேலை, சித்தாள் வேலை மட்டுமில்லாமல் டிராக்டரில் மண், கல் கொண்டு வரப் போகிறாள். மாடு கன்றுகள் பராமரிக்கிறாள். கோழி, ஆடு, முயல்

வளர்க்கிறாள். எங்கள் நிலத்தின் காவல் தெய்வமாய் உரமேறி உக்கிரமாய் வலம் வருகிறாள்.

.நான் அவளிடம் தோற்றுப் போய், 'கண்ணம்மா நீ ஒரு மூணாங்கிளாஸ் படிச்சிருந்தேன்னா எங்க கலெக்டரக்கூட செத்த இருங்கய்யா. இத நான் முடிச்சிட்டு வர்ரேன்'னு சொல்லியிருப்பன்னு எப்போதும் சொல்வேன்.

மழைக்குக் கூட பள்ளிக்கூடம் ஒதுங்காத கண்ணம்மாவிற்குப் படிக்க ஆசை வந்துவிட்டது. நாங்கள் நடத்தும் புத்தக வெளியீட்டு விழாவிற்கு வந்து நல்ல புத்தகங்கள் எதுவெனக் கேட்டு வாங்கி வந்து தடவித்தடவிப் பார்த்து ஒவ்வொரு நாள் மாலையிலும் கொஞ்ச கொஞ்சமாகப் படிக்கச் சொல்லிக் கேட்கிறாள். தேவையேயில்லாமல் இன்க்ரிமெண்டுக்காக முனைவர் பட்டம் வாங்குபவர்கள் ஏனோ நினைவில் வந்து தொலைகிறார்கள்

மேகம் கறுத்து சூழ்ந்து மழை மிக ஆர்ப்பாட்டத்துடன் வரவிருந்த ஒரு மாலையில் எங்கள் வீட்டு வாசல்படியில் ஒரு உருவம் ஒட்டிக்கொண்டு நின்றது. 'யாரும்மா? உள்ள வாங்க' என்றவுடன் முகம் முழுக்க சிரிப்பாய்த் தன்னை அறிமுக்கப்படுத்திக்கொண்டாள் அந்த வயது முதிர்ந்த இளவயசுக்காரி. 16 வயதில் திருமணம் செய்து வைக்கப்பட்டு அதுவரை பக்கத்து வீடு கூடத் தெரியாமல் வளர்ந்த அவள் மிகுந்த மிரட்சியுடன் முற்றிலும் புதிய மனிதனான கணவனோடு அமெரிக்காவிற்குப் போகிறாள். போன ஒரு வாரத்தில் அவர் தனக்கு மட்டுமல்ல என்பதை அறிகிறாள். கணவனின் மேட்டிமை வாழ்க்கை அவளுக்கு ஒன்றும் புலப்படவில்லை. லேசாகப் புரிய ஆரம்பிப்பதற்குள் இரண்டு பெண் குழந்தைகளுக்குத் தாயாகிறாள். குழந்தைகள் பெரியவர்களாவதற்குள் கணவர் இறந்துபோக இந்தியாவிற்கு வரப் பிடிக்கவில்லை. கணவனை இழந்து பெண் குழந்தைகளை வளர்க்க வேண்டிய போராட்டம். உள்ளூராக இருந்தாலென்ன? அமெரிக்காவானாலென்ன? எங்கேயானாலும்

பெண் சந்திக்க வேண்டிய அவலங்கள் ஒன்றுதான். அவள் அங்கேயே வேலை பார்த்து குழந்தைகளுக்கு நல்ல முறையில் திருமணம் செய்துவைத்து எல்லாக் கடமைகளையும் முடித்து மிக நீண்ட வருடங்களுக்குப் பிறகு இந்தியாவிற்கு வருகிறாள். தன் 67 -வது வயதில் 'இனி நிம்மதியாக எனக்குப் பிடித்த மாதிரி நான் வாழ வேண்டும் எங்கே வாழ்வைத் தொடங்க திருவண்ணாமலையிலா கும்பகோணத்திலா என முடிவெடுக்கவில்லை. அப்போதுதான் உங்கள் சிதம்பர நினைவுகள் புத்தகத்தைப் படித்தேன். அதனால் உங்களைப் பார்க்க வந்தேன்' என்ற கம்பீரம். மெலிந்து தோல் வற்றிப் போன அந்தக் கைகளைப் பத்து வருடங்களுக்குப் பிறகும் கெட்டியாகப் பிடித்திருக்கிறேன்.

இவர்களுக்கெல்லாம் படிப்பு இல்லையெனில் படிப்பறிவு அதிகம் பெற்ற டி.எஸ்.பி.விஷ்ணுப்ரியாவிற்கு அது எதற்கு? நம் பாடத்திட்டமும் கல்வியும் எதைப் போதிக்கின்றன? வாழும் நாட்களில் மரணத்தையா? ரௌத்திரம் பழக வேண்டிய நமக்குக் கோழைத்தனத்தையா?

நாம் அதிக தூரம், அதி உக்கிரத்தோடு பயணிக்க வேண்டியிருக்கிறது.

கையிலிருந்து தவறவிட்ட சூரியன்

பச்சை மூங்கிலில், தென்னோலையில் மஞ்சளும் குங்குமமும் உடலெங்கும் பூசிக் கிடக்கும் உன்னைப் பார்க்கப் பொறுக்கவில்லையடா தம்பி. அண்ணன் தம்பிகளற்ற என் வறண்ட வெளிகளில் இதற்காகவா கோடை மழை மாதிரி அன்பைக் கொட்டினாய்? எங்கோ காஞ்சிபுரம் கன்னிகாபுரத்தில் பிறந்த நீ எனக்கு ஏன் தம்பியும் மகனுமானாய்? பெரிதாய் நண்பர்களற்ற உன் வாழ்வில் உறவுகளுக்குக் கரையும் உன் குணத்தினால் நேர்ந்ததா அது? எல்லாத் துக்கங்களுக்கும் உருகும் நீ ஏன் என் மீது இப்படிக் கருணையற்றவனானாய்? ஒரு மின்னல் மாதிரி என் வாழ்வில் வந்து வெளிச்சம் தந்து தொப்புள் கொடி உறவை அறுத்துக் கொண்டோடினாயே, மீதி வாழ்வை எப்படி வாழ்ந்து தீர்ப்பது? மகன் சிபி என்னை விட்டுப்போன பிறகு உன்னை அந்த இடத்திற்கு வரித்துக் கொண்டவள் நான். பிரியமானவர்கள் உயிரைப் பறித்துக்கொண்டு போன பிறகும் சவமாய் வாழந்து தீர்க்க வேண்டிய துர்பாக்கியவதியானேன்.

பாட்டெழுத ஆரம்பித்த வருடங்களிலிருந்தே உச்சாணிக் கொம்பைத் தொட்டவன். ஏதாவது நல்ல பாட்டைக் கேட்டு இது யார்

எழுதியது என்று கேட்டால் என் மகள் மானசி சொல்வாள், 'நல்ல பாட்டுன்னா அது மாமாதாம்மா'

தன் வளர்ச்சியின் உச்சத்தை அவனாலேயே தாங்க முடியாமலிருந்தாலும் அதன் ஒரு துளி கூடத்தன் சட்டைக் காலரில் ஒட்டாமல் பார்த்துக்கொள்ளும் எளிமை நிறைந்த வாழ்வை இயல்பாக்கியிருந்தான். எந்தப் புகழ்ச்சியையும் ஒரு கண் சிமிட்டலில் கடந்து போக அவனுக்குத் தெரிந்திருந்தது. முதல் தேசிய விருது அறிவிக்கப்பட்டபோது, அவனுக்குப் பிடித்ததெல்லாம் செய்யச் சொல்லி சாப்பிடத் தெரியாமல் சாப்பிட்டுவிட்டு எங்கள் வீட்டிலிருந்து கிளம்பிப்போய் அரைமணி நேரமாகியிருக்கும். உடனே கூப்பிட்டான், 'அக்கா ஆனந்த யாழ் பாட்டுக்கு நேஷனல் அவார்டு, உங்கிட்ட வந்து சாப்பிட்டுட்டு போனா எனக்கு நல்லதே நடக்குதுக்கா' என்று குழந்தை மாதிரி சிரிக்கிறான். ஆனால் திருவண்ணாமலையில் அதற்கென நாங்கள் ஏற்பாடு செய்த கூட்டத்திற்குச் சென்னையில் இருந்துகொண்டே வரவில்லை.

அடுத்த நேஷனல் அவார்டு வாங்கிவிட்டுக் கூப்பிட்டுச் சொன்னபோது, நானும் என் சந்தோஷத்தைப் பகிர்ந்து கொண்டேன்.

'தம்பி எனக்கும் கனடா தோட்ட இலக்கிய விருது மொழிபெயர்ப்புக்குக் கெடச்சிருக்குடா'

'அக்கா சூப்பர்க்கா. நான் வரேன்க்கா திருவண்ணாமலைக்கு, நம்ம மாமரத்தடியில கொண்டாடிடுவோம்க்கா'

அவனை எதிர்பார்த்துப் பல கல்லூரிகளும் இலக்கிய அரங்குகளும் காத்திருக்க மகனையும் மனைவியையும் கூட்டிக்கொண்டு வந்து எங்கள் குழந்தைகளோடும் அவர்களின் நண்பர்களோடும் விளையாடிக் கொண்டிருப்பான்.

ஒவ்வொரு முறையும் சென்னைப் புத்தகக் கண்காட்சி நடக்கும்போது வடபழனியிலுள்ள அவனுடைய அலுவலகத்தில்தான்

தங்குவோம். போனவுடன் அந்த வீட்டைப் பெருக்கித் துடைத்து ஆசிட் போட்டுக் கழுவி என சுத்தமாக்குவோம். மறுநாள் காலையில் வந்து பார்த்துவிட்டு 'ஆறு மாசத்துக்கொருமுறை வந்திட்டு போக்கா. பாத்தியாண்ணே. எங்க அக்கா, வீட்ட எப்படி சுத்தமாக்கிடுச்சு' என்று குழந்தையாய்ச் சிரிப்பான். இரண்டு வருடத்திற்கு முன்பு புத்தகக் கண்காட்சியை நந்தனம் விளையாட்டு மைதானத்திற்கு மாற்றியபோது அதன் பக்கத்திலிருக்கும் நண்பரின் வீட்டில் தங்கினேன். அதை அப்படி விட்டுக் கொடுக்கவே முடியவில்லை அவனால். போகியன்று புத்தகக் கண்காட்சிக்கு வந்தான். ஒரு பெரிய பார்சலை என்னிடம் நீட்டி 'வீட்டுக்குதான் வரமாட்டேங்கற, இந்தாக்கா பட்டுப் புடவை, நாளைக்கு பொங்கலுக்குக் கட்டிக்கோ' என்று நின்றவனின் அன்பில் பலமுறை என்னைக் கரைத்திருக்கிறேன்.

திருமணத்திற்குப் பிறகு ஒவ்வொரு தீபாவளிக்கும் இங்கே வந்து விடுவான். சென்னையிலிருந்து கிளம்பியதிலிருந்து எனக்குத் தொலைபேசி வரும். என்னென்ன செய்ய வேண்டும்? எப்படிச் செய்யவேண்டுமென்று பேசிக்கொண்டே வருவான். 'சின்ன மீன் வாங்கி கொழ்பு வச்சிடுக்கா, பெரிய மீன் வாங்கி வறுத்துடுக்கா, கொஞ்சம் ரசம் வைக்கா, உருளைக்கிழங்கைப் பொடியா அரிஞ்சு வறுத்துடுக்கா, ரொம்ப முறுவலாக்கக் கூடாது. பதமா இருக்கணும்' 'ஏங்க அந்த அக்காவை இப்படிப் பாடா படுத்தறீங்க' எனும் மனைவியிடம், 'வேற யார்ட்டடீ நான் போய் இதெல்லாம் கேப்பேன். எங்க அக்காட்டத்தான் கேப்பேன், அவங்க எனக்கு அம்மா மாதிரிடி' என்று கரைய வைப்பான். சில நேரங்களில் சென்னை டு திருவண்ணாமலை பயணத்தில் முப்பது முறைகூட கூப்பிட்டிருக்கிறான். 'ரொம்ப இம்சை பண்ணாதடா தம்பி, நான் உனக்குப் புடிச்ச மாதிரியே செஞ்சு வக்கறேன் என்றாலும் கேட்க மாட்டான். எரிச்சலாக்கி வந்து சேர்ந்தவுடன் அவனைத் திட்ட வேண்டுமென்று நினைத்த என்னை ஒரு புன்முறுவலில் இளக வைப்பான். காலையில் கால் டம்ளர் காஃபி வேண்டும் அவனுக்கு.

கொஞ்சம் அதிகமாகக் கொடுத்தாலும், ‘அக்கா ரொம்ப காஃபி குடிக்கக் கூடாதுக்கா’ என்று நியாயம் பேசுவான். காஃபி குடித்தவுடன் எங்கள் தெரு மூலையிலிருக்கும் டீக்கடைக்குச் சென்று கொஞ்சமே கொஞ்சம் டீ குடித்துவிட்டு தினத்தந்தி பேப்பரை எழுத்து விடாமல் படித்துவிட்டு, அதற்குள் அங்கு கூடிவிடும் இளைஞர்களோடு ஃபோட்டோ எடுத்துவிட்டு வருவான்.

வீட்டுக்கு வந்தவுடன் சுடுதண்ணீரில்தான் குளியல். ரொம்ப பயம் அவனுக்கு எதைப் பார்த்தாலும்,

‘பச்ச தண்ணீலக் குளிச்சா சளி புடுச்சுக்குதுக்கா, அப்பறம் ரெண்டு மூணு நாள் நம்மள மொடக்கிடும்’

‘அகத்துக் கீரை சாப்பிட்டா ஃபுட் பாய்சனாயிடும்’

‘ஊஞ்சல்ல ஆதவன் ஆடினா கொஞ்சம் சறுக்கினாகூட தலையிலதான் அடிபடும். அதைக் கழட்டி வச்சிடுக்கா’

‘இந்த நாய்க்குட்டிய ஏங்கா வீட்டுக்குள்ள வச்சி பழக்கிட்ட, அது எவ்ளோ ஆபத்து தெரியுமா’

எல்லாவற்றிற்கும் பயந்த நீ மரணத்தை மட்டும் மன முதிர்ச்சியோடு எப்படி தம்பி எதிர்கொண்டாய்?

ஜீவாவைப் பெண் பார்த்துவிட்டு வந்த நாள் முதலாய் அவளை நேசிக்க ஆரம்பித்தான். திருமணத்திற்கு முன்பே எங்கள் வீட்டிற்கு வந்து , ‘அக்கா நீ போடற மாதிரி அவளுக்கும் வளையல் வாங்கிக் குடுக்கா காட்டன் புடவை வாங்கிக் குடுக்கா’ என்று கேட்டு அவளுக்கு வாங்கிப் போவான். ஜீவா, முதல் குழந்தையைக் கருவிலேற்று இருந்தபோது ஒன்பதாம் மாதம் திருவண்ணாமலையிலிருந்து ஒன்பது வகை சாதம் செய்து பலகாரங்களுடன் அவளைப் பார்த்துவிட்டு வந்தேன். அதற்காகவே காத்திருந்தவள் போல மறுநாள் அழகான ஆண் குழந்தையைப் பெற்றுத் தந்தாள். எட்டு வருடங்களுக்குப் பிறகு

இரண்டாவது கர்ப்ப காலங்களில், ‘அக்கா உன் சாப்பாடு சாப்பிடாம கொழந்த பொறக்காது, சீக்கிரமா வா, நீ என்ன சாப்பாடு வேணா செஞ்சுக்கோக்கா, ஆனா எனக்கு மீன் வேணும். வறுத்திடாத உப்பு மொளகா மட்டும் தூவி பெரட்டி எடுத்திட்டு வா. நாம இங்க வறுத்துக்கலாம்’ என்று தொல்லை கொடுத்துக் கொண்டு வரச் சொன்னாலும் சாப்பிடத் தெரியாது, கிளறி வைத்துக் கொஞ்சமே சாப்பிட்டுவிட்டு எழுந்து விட்டான். போகும்போது ‘அக்கா அவளுக்குப் பொண்ணு பொறக்கணும்னு வாழ்த்திட்டுப் போக்கா’ என்றான். பளிங்குச் சிலை மாதிரியான மகாலஷ்மியை உன் கண்களால் இனி யார் பார்க்கப் போகிறார்கள் தம்பி?

எவ்வளவு வேலைகள் இருந்தாலும் வாசிப்பைத் தன் மூச்சாக்கியிருந்தான். புத்தகம் வந்த வாரங்களுக்குள்ளாக அதைப் படித்துவிட்டுத் தன் பார்வையை அழுத்தமாகப் பதிவு செய்து விடுவான். எந்த வம்புக்கும் போகாதவனானாலும் இலக்கியம் சார்ந்த சண்டைகளில் தெளிவாகத் தான் நினைத்ததை சொல்வதற்குண்டான ஞானச் செருக்கு அவனிடம் இருந்தது. ‘பாடலாசிரியர்கள்ல நான் மட்டும்தான் பி.ஹெச்.டி., அதுவும் ரொம்ப சின்சியரா முடிச்சிருக்கேன்கா’ என்று ஆனந்தப்படுவான்.

அதேபோல அவன் எழுதியதை நான் படிக்காமல் விட்டுவிட்டால் கோபம் வந்துவிடும் அவனுக்கு. படித்துவிட்டு ஏதாவது விமர்சனம் செய்தால் அதை ஏற்றுக் கொள்ளவே முடியாது. ‘லூசு மாதிரி பேசாதக்கா அந்த வரிக்குதான் என்ன எல்லாரும் பாராட்டறாங்க’, ‘அப்ப எல்லாமே நல்லாயிருக்குன்னு ஒத்த வரியில சொல்லட்டுமாடா?’ என்றால்அதற்கு பதிலே வராது.

கடைசியாகக் கூட, ‘குங்குமத்தில் ஃபேமிலி ஃபோட்டோவோட ஒரு நேர்காணல் வந்திருக்குக்கா. படி’ என்று என்னிடம் சண்டை போட்டான். படிக்கலன்னா பத்துமுறை ஃபோன் போட்டுத் திட்டுவான். திட்டுடா தம்பி உன்னிடம் திட்டு கேட்க வேண்டும் போல இருக்குடா.

'சரியான லூசுக்கா நீ'ன்னு சொல்வியே. ஆமாம் தம்பி கையிலிருந்து நீ உதிர்ந்து போவதைக்கூடத் தெரியாமல் இருந்துவிட்டேனே.

என் குரலில் ஏதாவது சின்னச் சோர்வு இருந்தாலும், 'அக்கா என்ன டல்லாயிருக்க, அண்ணன் ஏதாவது பிரச்சனை பண்றாரா? எங்கிட்ட சொல்லுக்கா, கேக்க ஆள் இல்லன்னு நெனச்சிட்டிருக்காரா, நான் வேணா கௌம்பி வரட்டா? நீ சொல்ல மாட்ட. இரு, நானே வரேன்' என்பவனை ஒண்ணுமேயில்லையென சமாதானப்படுத்துவதற்குள் நிஜமாகவே சோர்ந்துவிடுவேன்.

அவனுடைய கடைசி பிறந்தநாளுக்கு இரவு பத்துமணிக்கு வாழ்த்து சொன்னேன். 'தம்பி இந்த வருஷம் எதிர்பார்க்காத உச்சத்தையெல்லாம் எட்டணும்டா'

'அக்கா ரொம்ப நன்றிக்கா. உன்துதான் கடைசி வாழ்த்து, தூக்கம் வருதுக்கா தூங்கட்டா?'

யாராலும் உள்நுழைந்துவிட முடியாத மேகக் கூட்டங்களின் பால்வெளியின் உச்சம்தான் இந்த வருடத்தில் நீ அடையப்போகும் உயரம் என்று எனக்கு அன்று தெரியாமல் போனதேடா தம்பி.

''கல்லறையில் ஜன்னல் வைத்து உந்தன் முகம் பார்ப்பேனே'' என்ற உன் வரிகளில்கூட வாழவிடாமல் மின் மயானத்திற்கு உன்னை அழைத்துப் போனார்கள். எல்லாச் சடங்குகளும் முடித்து வீட்டிற்கு வந்த உன் மகன் செல்லக்குரலில், வதக்கிய வாழையிலையாய் என்மேல் சரிந்திருக்கும் அவன் அம்மாவிடம் கேட்கிறான், 'அம்மா அப்பாவ ஏம்மா எரிச்சிட்டாங்க?' என்னடா சொல்ல முடியும்? இந்தக் கேள்வியின் அனல் காலங்கள் தாண்டி எனக்கும் ஜீவாவுக்கும் சுட்டுக்கொண்டேயிருக்குமே? என்ன செய்யப் போகிறோம்? அவன் அமைதிபட, அவன் கண்களுக்குள் ஏற்பட்ட பதட்டம் குறைய, அவனைச் சாந்தப்படுத்த, குளிர வைத்துத் தூங்க வைக்க, ஃபீனிக்ஸ் பறவையைப் போல ஒரு பாட்டெழுதேன் தம்பி.

மலைதான் எங்கள் அடையாளம்

தினம் தினம் பல லட்சம் கண்கள் தன்னையே உற்று நோக்குவதிலும், உருகிக் கரைவதிலும் எந்தக் கர்வமும் இன்றி, வரைந்து முடித்த ஓவியம்போல ஊருக்கு நடுவே வியாபித்து இருக்கிற இந்த மலையே... எங்கள் எல்லோருக்குமான பொது அடையாளம். ஒவ்வொரு திசையிலிருந்தும் நகரின் வேறு வேறு பக்கங்களிலிருந்து பார்த்தாலும் ஒவ்வொரு காட்சியை வெளிப்படுத்தும் இதைச் சுற்றியும், கடந்தும், வணங்கியும், நடந்த நாட்களுக்கிடையே, பதிந்த நினைவுகளில் பொதிந்து கிடக்கிறது என் பால்யம்!

காமராஜர் சிலை, திருவூடல் தெரு, தேரடி வீதி என்று வேடிக்கை பார்த்துக்கொண்டே நடந்தால், நான் படித்த பெண்கள் மேல்நிலைப்பள்ளி வரும். ஒரு வகுப்பில் எழுபத்தொன்பது பிள்ளைகளுமாக நிறைந்து வழிந்து உட்கார்ந்து படித்த காலங்கள் என் மன அடுக்குகளில் எப்போதும் என்னைக் குளிர்வித்தபடியிருக்கும். பள்ளி மைதானத்தில் நின்று பார்த்தாலே, வேறு மாதிரியான கம்பீரத்தோடு தெரியும் கார்மேல் தேவாலயத்தின் முகப்பும் அதன் வெளிச்சமும். அதற்கு அருகிலேயே எல்லா மாறுதல்களையும் சமூகச் சீர்கேடுகளையும் மிகுந்த மௌனத்தோடும் கம்பீரத்தோடும் பார்க்கும் பெரியார் சிலை!

திருவண்ணாமலையை ஒரு புள்ளியாக்கி எல்லாத் திசைகளிலிருந்தும் வந்து குவியும் மக்கள் கூட்டம் இன்னமும் எங்களை உற்சாகப்படுத்திக்கொண்டேதான் இருக்கிறார்கள். ஒவ்வொரு வருடமும் கார்த்திகை உற்சவத்தின்போது பத்து நாட்களும் ஊரும், மக்களும், நகரமும் ஒருவித கற்பூர வாசனையைப் பூசிக்கொண்டு இருக்கும். எல்லா வயதினருமே காதல் வயப்பட்ட பதின் பருவ யுவன் யுவதிகளைப் போல அத்தனை சந்தோஷத்துடனும் துள்ளலுடனும் திரிந்து கொண்டிருப்பார்கள். உள்ளூர் விடுமுறை அறிவிக்கப்பட்டு கையில் பலூன்களும், குழல்களுமாக எங்கள் ஊர்ப் பிள்ளைகளின் முகமே தனி வசீகரத்தில் மின்னும். எதற்காக இந்த மக்கள் அகாலத்திலும் இப்படிக் கண் விழித்து உற்சாகத்தைப் பூசிக்கொண்டு கசிந்துருகும் மனதோடு நின்று கொண்டிருக்கிறார்கள் என்பதற்கு நேரடியான ஒற்றைச் சொல்லில் பதிலில்லை. பத்தாம் நாள் திருவிழா நிறைவின்போது, மாட்டுச் சந்தையும் குதிரைச் சந்தையுமாக நிறையும் அரசு கலைக் கல்லூரியின் மைதானம். காடா விளக்கு வைத்து பொரியும், தின்பண்டங்களும் விற்றுக் கொண்டிருக்கும் வேட்டியைப் போர்வையாகப் போர்த்தின வியாபாரியும், செயற்கை ரத்தம் பூசி, கட்டுப் போட்டுக் கொண்ட பிச்சைக்காரர்களும், சாமியார்களுமாக கிரிவலப் பாதையை நிறைத்திருப்பார்கள்.

தொழில்நுட்பக் கழிவுகளும், ஃப்ளெக்ஸ் பேனர்களும் அற்ற அப்போதைய டிசம்பர் மாதங்களில், ஒவ்வொருவர் கண்களும், காந்தி சிலை மூலையையும், 16 கால் மண்டபத்தின் முகப்பையும் தேடும். 'முற்போக்கு எழுத்தாளர் சங்கத்தின் கலை இலக்கிய இரவு... டிசம்பர்-31' என்ற அந்தக் கலாபூர்வமான காட்சி வடிவத்துக்கான தேடுதல் அது. ஜெயகாந்தனும், அசோகமித்திரனும், பிரபஞ்சனும், திலகவதியும், கே.என்.பணிக்கரும், பால் சக்காரியாவும், சச்சிதானந்தனும் எங்கள் தேரடி வீதியிலோ, மலை சுற்றும் பாதையிலோ, அரதப் பழசான ஒரு ஆட்டோவிலோ எப்போதும் எங்களுக்குக் காணக் கிடைப்பார்கள். அது இந்த ஊருக்கு மட்டுமே கிடைத்த பாக்கியம்!

அருணகிரிநாதர் துவக்கி வைத்த திருப்புகழின் எழுத்தும், கலை வடிவமும் இப்படியாகப் பயணப்பட்டு, தமிழ் நவீன இலக்கியச் செயல்பாடுகளின் முக்கியக் கேந்திரமாக திருவண்ணாமலை இப்போதும் கௌரவப்படுகிறது.

ஜன நெரிசலும், காய்கறி அழுகலும், பச்சை வெற்றிலை வாசமுமாகக் கிடக்கும் அசலி அம்மன் கோயில் தெரு, தென் மாத்தாதி தெரு, மண்டித் தெரு. இவற்றைக் கடக்க நேர்ந்த பகற்பொழுதுகளில் கேட்க வாய்த்த மசூதி தொழுகையின் சத்தமும், பார்க்க நேர்ந்த பெரிய மசூதியின் கம்பீரமும், கை குலுக்க வாய்த்த இஸ்லாமிய சகோதரத்துவமும் இன்றளவும் ஒரு சிறு பகைப் பொறியும் பற்றிக்கொள்ளாமல் பாதுகாத்து வைத்திருப்பதாகவே நான் கருதுகிறேன்.

ரமண ஆசிரமத்தின் பழமை மணம் பரவிக்கிடக்கும் மரங்கள் அடர்ந்த பாதை முழுவதும் வெவ்வேறு நாட்டு மனிதர்களைத் தினம் தினம் தரிசிக்கலாம். அவர்களிடம் அரைகுறை ஆங்கிலத்தில் பேச முயற்சிக்கும் ஆட்டோக்காரர்களும், கிராம மக்களின் அப்பாவித்தனங்களும் அன்றைக்கு எனக்குச் சிரிப்பதற்குப் போதுமானவை.

நிரம்பி வழியும் சிங்கமுகத் தீர்த்தக் குளக்கரை மர மறைவுகளே எங்கள் கல்லூரிக் காதலர்களுக்கான கடிதங்கள் பரிமாறிக் கொள்ளப்படும் மறைவிடங்கள். அன்று எங்களூரில் இருந்த ஒரே கல்லூரி அரசு கலைக் கல்லூரி மட்டுமே. பிடித்தாலும் பிடிக்கவில்லையென்றாலும் நாங்கள் அங்குதான் போயாக வேண்டும். நகரை விட்டுத் தள்ளியிருக்கும் கல்லூரிக்குப் போய் வருவதேயொரு பாடம்தான். என்ன அது வாழ்க்கைப் பாடம்.

நகரத்திலிருந்து நடக்கும் தொலைவில் வள்ளுவாகைக் கிராமத்தில் அந்த இடிந்த கூரை, இந்திய ஓவிய ஆளுமை சந்தானராஜின் பூர்வீக வீடு என்பது நாம் ஞாபகத்தில் கொள்ள வேண்டிய அடையாளம்.

இருந்த ஒரே ஒரு டூரிங் டாக்கீஸுக்கும் கான்க்ரீட் போடப்பட்டுவிட்டது. மணல் குவித்து உட்கார்ந்து வெற்றிலை எச்சில் துப்பிய தரையில் டைல்ஸ் ஓடுகள் புதைக்கப்பட்டாகிவிட்டது. கிரிவலப் பாதை எப்போதும் புதிய மனிதர்களின் பாதங்கள் பட்டுத் தேய்கிறது. அந்த மண் தரை மீதும் டைல்ஸ் கற்கள் புதைத்தாகிவிட்டது. பாதை முழுக்க வியாபித்திருந்த கும்மிருட்டை செயற்கையான மெர்க்குரி விளக்குகள் பகலாக்கிவிட்டன.

இயற்கையின் மகோன்னதம் ஒவ்வொரு நாளுமே சிதைக்கப்படுகிறது. மரபுகள் ஒவ்வொருநாளும் மீறப்படுவதில்லை; பதிலாகத் துடைத்து அழிக்கப்படுகிறது. பழமையின் வாசனையும் நம்மிடம் இருந்து அப்புறப்படுத்தப்படுகிறது. ஆனாலும், இன்னும் அகாலத்தில் திசைகள் அதிரக் கேட்கும் 'பாப்பம்பாடி ஜமா'வின் பெருமேளச் சத்தமும், அம்மேளத்தின் பேரதிர்வுக்கு ஈடுகொடுக்கும் பாட்டுக்கார லட்சுமியின் சலங்கை கட்டின காலாட்டமும், பக்கத்துக் கிராம அமைதியைக் கடந்து நகரத்துக்குள் நுழையும் ஏதோ ஒரு கூத்துக் குழுவின் நூற்றாண்டுகாலப் பாடலின் ராகமும்கூட... திருவண்ணாமலையின் அடையாளங்களே!''

வெற்றுக் கூடாரமாகும் வசிப்பிடங்கள்

மனித மனசுக்குள் சொந்த வீட்டுக்கான கனவென்பது பெரிதாய்த் தகிக்கும் தீப்பொறிதான். சின்ன வயதிலிருந்தே தன் வீடு எப்படியெல்லாம் இருக்கவேண்டும் என்பதும் தனக்கான அறை, படிப்பறை, சமையலறை, விருந்தினர்களுக்கான அறை, படுக்கையறையில் படுத்துக் கொண்டே வானம் பார்க்க என அந்த ஆசைகள் கனன்று கொண்டேயிருக்கும். பெரிய ஹால், பெரிய அறைகள், வாசல் பக்கம் இடம், பூச்செடிகள், மரம் வைப்பது எல்லாமெல்லாம் அதில் அடக்கம்.

ஆனால் வாழ்வின் லட்சியமாய் எப்போதாவது வீடு கட்ட வாய்க்கும் நண்பர்கள் எல்லோருமே பாலு மகேந்திராவின் அர்ச்சனாக்கள் ஆகிவிடுகிறார்கள். பட்ட ஆசை எல்லாம் ஒன்று அல்லது இரண்டு படுக்கையறைகளாகி, ஹால் சுருங்கி, முன்பின் இடம் இல்லாமல் ஒரு பெட்டி வீடாக மாறி, 'வாழ்க்கையில ஒரு வீடு கட்டறோம். மார்பிள் இல்லாமலா, கலர் கலரா பெயிண்ட் அடிக்காமலா, எலிவேஷன் மட்டுமாவது பிரமாதமா செய்யலாமே,

வெளிச்சமில்லாத காற்றோட்டமில்லாத சமையலறையில் வெந்து வெந்து போதும்னாயிடிச்சு. எப்படியாவது கஷ்டப்பட்டு ஒரு மாடுலர் கிச்சன் போட்டா போதும் என்று எல்லா வீடுகளைப் போலவுமான ஒரு வீடாக உருமாறுகிறது புதிய வீடு. கட்டப்பட்ட பல வீடுகளைப் பார்க்கும்போது ஆயுசு முழுக்க இப்படிக் கனவு கண்டிருக்க வேண்டாமோ எனத் தோன்றுகிறது. கட்டி முடிக்கப்பட்ட வீடுகளில் குருவிகளுக்கு இடமில்லை. புறாக்களுக்கு உணவில்லை. பூச்சிகளை அறவே அழித்து விட்டோம். கொசு, தொல்லையாக மாறி அதற்கும் தனியே கதவு கொடுக்கப்படுகிறது.

புதிய வீடு கட்டுவதற்காக இடிக்கப்பட்ட சுவரில் நம் சந்தோஷம் மீட்டெடுக்கப்படாமலேயே போய்விடுவதுண்டு. நமக்குப் பிடித்த வீட்டின் அழுக்கு ஒட்டின ஒரு மூலை, கிணற்றடி, முல்லைப்பந்தல், துளசிமாடம், ஓடு தலையில் இடித்தாலும் இரவில் தினம்தினம் நம்முடனே வரும் நட்சத்திரங்கள், அதிகம் கவனம் கோராத வீட்டின் மொத்தப் பரப்பு, நாம் ஒளித்து வைத்த பம்பரப் பரணை, வீட்டிற்குப் பயந்து பால்யங்களில் எதையெதையோ அற்புதம் என்று மறைத்து வைத்த நம் மறைவிடங்கள், மிகச் சிறந்த ஓவியர்களாய் நம் குழந்தைகள் வரைந்து வைத்த இனி கிடைக்கப்பெறாத சுவரோவியங்கள், பெண் குழந்தைகள் ருதுவாகி தனித்திருந்த இருள் படர்ந்த அறைகள் என எல்லாமே நமக்கானவை. நம் ஆளுமைக்குட்பட்டவை. அதுவே புதிய வீடு கட்டிக் குடிபோனபிறகு அப்படியே தலை கீழாகிறது மொத்தமும். நம் சந்தோஷங்கள் எல்லாம் குருடனின் கண் போவதற்கு முன்னாலிருந்த பார்வையின் பொக்கிஷங்களாய்க் கெட்டி தட்டிப் போய் விடுகின்றன. இங்க நிக்காதே அங்கத் தொடாதே, இங்கிருந்து பார், பளிச்சின்னு வெக்கணும் வீட்டை, தினமும் துடைத்துத் துடைத்து பூ வைத்து விளக்கேற்றி அழகுபடுத்தி என வீட்டிற்கான தன்மை போய் மீயூசியமாகிவிடுகிறது நம் வசிப்பிடம்.

எனக்குத் தெரிந்த பலர் வரும் நண்பர்களுக்குத் தங்கள் வீடுகளைச் சுற்றிக் காண்பிப்பதிலேயே நிறைவு காண்கிறார்கள். வீடு முழுக்கச் சுற்றி மூன்றாவது மாடியிலிருக்கும் ஹோம் தியேட்டரில் படம் காண்பித்து அதிர்ந்து நிற்கும் அப்பிராணிகளின் முகபாவத்தில் திருப்தியடைகிறார்கள். அந்த வீட்டில் அதற்கு முன் வந்து மதியம் சாப்பிட்டுவிட்டு வெற்றிலை போட்டு முந்தானையை உதறி, முழங்கையைத் தலையணையாய் வைத்து கனவுகளின் குறுக்கீடற்று உறங்கின பாட்டி இனி எங்கே நிற்பாள்? அத்தே, சித்தி, அக்கா என நம் வீடுகளின் குட்டிக்குட்டி அறைகளில் ஓடி விளையாடின பக்கத்து வீட்டுக் குழந்தைகள் மார்பிள் தரையில் வழுக்கிக் கண்ணாடியில் இடித்து, மழமழக்கும் சுவரில் கை வைக்காமல், பூத்துக் குலுங்கும் செடிகளின் அருகில் போய்விடாமல் வெளியேறி விடவேண்டும். எல்லோரையும் புறந்தள்ளும் இது வீடுதானா?

கேரள நெடுஞ்சாலைகளில் பல கோடிகள் முடக்கிக் கட்டப்பட்ட வீடுகள் பலவும் பூட்டியே கிடக்கின்றன. உலகின் மிகச் சிறந்த, நவீனக் கட்டடக் கலையின் உச்சங்கள் அவை. ஒருமுறை கடக்க நேரிட்டாலும் நம் கவனத்தைக் கோரி மன அறைகளில் தேங்கி நின்று, எப்போது வீட்டின் கனவு நமக்கு வரும்போதும் தவறாமல் ஆஜராகிவிடுபவை. ஆனால் அத்தனை வீடுகளும் பூட்டியே கிடப்பவை. அந்தச் சாலைகளில் கடக்க நேரிடுபவர்கள் ‘இது யாருடைய வீடு?’ என்று கேட்டால், ‘நம்ம சாக்கோச்சண்டே, அப்துல் இப்ப ஃபாரின்ல அல்லே, அவண்டே வீடா’ என்று சொல்லிக் கொள்ளும் பெருமைக்காக மட்டுமே கட்டப்பட்டவை. வெளிநாடுகளிலிருந்து வருடத்தில் ஒரு முறையோ இரண்டு வருடத்திற்கு ஒரு முறையோ வந்து நான்கைந்து நாட்கள் தங்கிவிட்டு மீண்டும் பூட்டிவிட்டுப் போய்விடுவார்கள். காவலாளி மட்டுமே அவுட் ஹவுஸின் மங்கின வெளிச்சத்தில் வீட்டைப் பத்திரமாகப் பார்த்துக் கொள்வார். பல நேரங்களில் அவரே

அந்த இடம் விற்ற கால் காணிக்குச் சொந்தக்காரராகவுமிருப்பார். இதற்கும் பெயர் வீடுதான்.

அதே போல, குறிப்பிட்ட சமூகத்தில் பெண்களுக்குத் 'தனியறை' கொடுக்கும் வழக்கம் உள்ளது. திருமணமாகிப் போகும் மகளுக்குத் தாய்வீட்டுச் சீதனமாக முழுக்க அலங்கரிக்கப்பட்ட, நவீன வசதியுடன் கூடிய அறை கொடுக்கிறார்கள். இது பெரிய மகளுக்கு, இது சின்ன மகளுக்கு என ஒதுக்கிப் பூட்டி வைத்துக் கொள்கிறார்கள். மகளும் மருமகனும் வெளி நாட்டிலிருந்து வரும்போது மாமியார் வீட்டிற்குப் போய் ஊரெல்லாம் சுற்றிவிட்டு ஒரு நான்கு நாட்கள் இந்த அறைகளில் தங்குகிறார்கள். அவ்வளவுதான். அதுபோக மற்ற நாட்களிலெல்லாம் அது மூடி வைக்கப்பட்டு, உறவுகளும் நண்பர்களும் வரும்போது திறந்து காண்பிக்கப்பட்டு, தன் வாழ்நாளின் பெருமித நிமிடங்களில் நனைந்து, தான் பட்ட கஷ்டங்களுக்கு வடிகால் தேட முனைகிற பெற்றோருக்கு உதவும் அறைகளாக மட்டுமே அது மாறிவிடுகிறது. இதற்கும் பெயர் வீடுதான்.

தன் குழந்தைகள் மெல்ல மெல்லப் பேசத் துவங்குவதைக் கேட்டுக் களித்திருந்த அம்மா அப்பாக்களைத் தனியே விட்டுவிட்டு வெளிநாடுகளில் சம்பாதிக்கப் போய் உள்ளூரில் தனியாகப் பேச்சுத் துணைக்கும்கூட யாருமற்ற தனிமையில் புழுங்கி, கடைசிச் சொட்டு உயிர்நீரைக்கூட பெயர் தெரியாத யாரோவிட வாழ்ந்த நாட்களின் மொத்த வேதனையையும் ஒற்றைச் சொட்டாய்ச் சுருக்கிக் கண்களின் ஓரம் வழியவிட்டு உயிர் துறக்கும் பெற்றவர்களின் மரணம் மருத்துவமனையின் மூலமாகப் பிள்ளைகளுக்கு அறிவிக்கப்படுகிறது. உடனே துடித்துக் கதறி அவர்களால் வரமுடியவில்லை. மருத்துவமனை நிர்வாகத்திடம் சொல்லித் தங்கள் பெற்றோரைப் பத்திரமாகப் பாதுகாக்கச் சொல்லியும், மத குருமார்களை வைத்து அவ்வப்போது ஜெபங்களும் ஆராதனைகளும் செய்யச் சொல்லியும், வங்கிகளில் மிக அதிகப் பணம் செலுத்துகிறார்கள். மூன்று மாதங்களுக்குள் தங்கள்

எல்லோருக்கும் சௌகரியப்பட்ட ஒரு நாளில் இந்தியா வந்து, குளிர்சாதனப் பெட்டியில் பதப்படுத்தப்பட்டிருக்கும் உடலை வெளியே எடுத்து மிக ஆடம்பரமாய் 'நல்லடக்கம்' செய்து ஈமச்சடங்குகள் முடித்து, மொத்தமாய்ப் போய்விடுகிறார்கள். இவர்கள் தங்குவதற்குப் பெயரும் வீடுதான்.

எனில், வீடென்பது வசிப்பிடமா? வாழ்விடமா? பெருமிதப்படுமிடமா? வாழ்வை நகர்த்துவதற்காய்க் கொஞ்ச நாட்கள் நாம் தங்கிப்போகும் சத்திரமா?

அது மகிழ்வில்லையா? ஆசுவாசமில்லையா? நிம்மதியின் கூடாரமில்லையா?

நினைவலைகள்

இயற்கையின் வர்ண ஜாலங்களில் விரிந்த ரம்மியமான காட்சிகளைக் கொஞ்சமும் செயற்கையே இல்லாமல் சினிமா என்கிற மிகப்பெரிய கேன்வாசில் காட்சிப்படுத்த அவரால் முடியும். இன்றும் அந்த நிற மாற்றங்கள் ரசிகர்களின் மனதில் மாறாத சித்திரங்களாகப் பதிந்திருக்கிறது. ஓர் எழுத்தாளன் இயக்குநராகவும், கேமராமேனாகவும், எடிட்டராகவும் பலவிதங்களில் பரிணமித்து, ஒரே நேரத்தில் புதுமையும் அழகும் ஒன்று சேர்ந்த மாயாஜாலங்களை வெள்ளித்திரையில் நிகழ்த்த முடிந்தது என்பதன் மிகப்பெரிய வெற்றிதான் இந்த சினிமாக்காரனின் வாழ்க்கைப் பயணம்.

கேரள மண்ணிலிருந்து தொடங்கிய அந்தப் பயணத்தில் பல வெற்றிக்கதைகள் உண்டெனினும், இனிமையும் வேதனையும் நிறைந்த அனுபவங்களும் அதில் புதைந்திருந்தது.

இலங்கையைப் பூர்வீகமாகக் கொண்ட பாலுமகேந்திராவின் மகத்தான பங்களிப்பு அவரை இந்திய சினிமாவின் பொற்சுவடுகளில் பதிந்த தவிர்க்க முடியாத ஆளுமையாக மாற்றியது.

பல வருடங்களின் இடைவெளிகளுக்குப் பிறகு மீண்டும் கோழிக்கோடு வந்திருந்தபோது அந்தப் படைப்புமனம் ஞாபக

அலைகளால் ததும்பியது. நினைவுகள் தோய்ந்த அவரின் நேற்றைய பயணங்களில் வெறும் பயணிகளாய், நாமும் நம்மை இணைத்துக் கொள்ளலாம்.

சினிமாவிற்கான உங்களுடைய பயணத்தின் ஆரம்பத்திலிருந்தே தொடங்கலாம் இல்லையா?

தொடங்கலாம். (நினைவுகளை மீட்டெடுக்க தியானிப்பது போல ஒரு நிமிடம் கண் மூடி இருக்கிறார்)

மிகவும் சுவாரசியமானதுதான் என் ஆரம்பம். பிஸிக்ஸ், மேத்ஸ், தமிழ் எனக்கு மிகவும் பிடித்தமான பாடங்கள். என் அப்பா ஸ்ரீலங்காவில் பிஸிக்ஸ் பேராசிரியராக இருந்தார். அதுகூட என்னை அந்தப் பாடத்தைப் படிக்கத் தூண்டியிருக்கலாம். இலண்டன் பல்கலைக்கழகத்திலிருந்து பிஸிக்ஸில் அதிக மதிப்பெண்களுடன் பட்டம் பெற்ற நான் மேற்படிப்பில் சினிமா படிக்க வேண்டும் எனத் தீர்மானித்தேன். இயக்கம் (Direction) என்பதுதான் அதிலும் பிடித்த பிரிவாக இருந்தது. அமெரிக்காவின் மிக முக்கியமான பிலிம் இன்ஸ்டிடியூட்களுக்கு விண்ணப்பிக்கவும் செய்தேன். ஒன்றிரண்டு கல்லூரிகளில் இடமும் கிடைத்தது. ஆனால் அதற்கு நான் கட்ட வேண்டிய தொகையை அறிந்தபோது அதிர்ந்து போனேன். என்னைப் போலொரு சாதாரண மாணவன் தாங்கக்கூடியதாக இல்லை அது. அதற்கிடையில் நான் யுனிவர்சிட்டி ஆஃப் கலிபோர்னியாவுக்கு இன்டர்வியூவிற்குப் போயிருந்தேன். என்னுடைய தேவையையும் ஆசையையும் அதை சாத்தியப்படுத்த முடியாமல் போன என் இயலாமையையும் புரிந்துகொண்ட அங்கே பணிபுரிந்த ஒரு பெண், ''உங்களுக்கு ஏற்ற இடம் இந்தியாவின் புனே ஃபிலிம் இன்ஸ்ட்டிடியூட்தான். அங்கே உங்கள் இலட்சியம் நிறைவேறும். தாமதிக்காமல் அங்கே போய்விடுங்கள்'' என்று சொன்னார். அவளுடைய வார்த்தைகளை நான் என் இதயத்தில் பதிந்து கொண்டேன். அப்படித்தான் நான் புனே ஃபிலிம் இன்ஸ்டிடியூட்டில்

இயக்குநர் பிரிவுக்கு விண்ணப்பித்தேன். அந்தக் காலத்திலேயே நான் நல்ல புகைப்படக்காரனாகவும் இருந்ததனால் விண்ணபத்துடன் என்னுடைய திறமையை வெளிப்படுத்தும் சில புகைப்படங்களையும் இணைத்திருந்தேன். அப்படிப் புகைப்படங்களை அனுப்பத் தோன்றிய நிமிடம் எவ்வளவு துர்பாக்கியம் என்று பின்னால் வேதனைப்பட்டேன். ஏனென்றால் எனக்கு சினிமோட்டோகிராஃபி பிரிவில்தான் இடம் கிடைத்தது. நான் இணைத்திருந்த புகைப்படங்களைப் பார்த்து அப்படி முடிவெடுத்திருந்திருக்கலாம். மிகவும் நிராசையாகி விட்டது எனக்கு. ஆனால் கிடைத்த இடத்தை வேண்டாம் என்று மறுக்கவில்லை. முதல் மூன்று மாதங்கள் எந்த ஒரு ஈர்ப்பும் இல்லாமல்தான் நான் காலங்களைக் கடத்தினேன். பிறகு மெல்ல மெல்ல அது மாறியது. சினிமா எனக்கு அவ்வளவு அதிகம் பிடித்திருந்தது. நான் புனே ஃபிலிம் இன்ஸ்டிடியூட்டிலிருந்து கேமராமேனாக வெளியே வந்தாலும் இயக்கமும் எடிட்டிங்கும் புரிபட காலம் என்னைப் பயிற்றுவித்திருந்தது. அங்கேயிருந்து வெளியே வந்த நான், யார் முன்னாலும் நின்று வாய்ப்பு கேட்கும் நிலைமையை எதிர்கொள்ளவில்லை அதற்கு முன்பே ராமு காரியட் அவருடைய ‘நெல்லு’ படத்தின் கேமராமேனாக என்னைக் கூப்பிட்டார். அது மிகவும் நல்லதொரு ஆரம்பம்.

ராமு காரியட்டுடனான அனுபவம் எப்படி இருந்தது?

இன்ஸ்டிடியூட்டில் எனது டிப்ளமோ படத்தைப் பார்த்து பிடித்துப்போய்தான் ‘நெல்லு’ படம் பண்ண அழைத்திருந்தார். படிக்கும்போதே ராமண்ணனின் ‘செம்மீன்’ படம் பார்த்திருக்கிறேன். இன்றும் எனக்குப் பிடித்த படங்களின் பட்டியலில் செம்மீன் உண்டு. அந்தப் படத்தின் தொழில்நுட்பக் கலைஞர்கள்தான் ‘நெல்லு’ திரைப்படத்தையும் உருவாக்கினார்கள்.

ராமண்ணன் என்னைக் கூப்பிட்டபோது செம்மீனின் ஒளிப்பதிவாளர் மார்க்ஸ் பாட்லேவின் அசோசியேட்டாக பணிபுரியும் பாக்கியம் எனக்குக் கிடைத்தது என்றே நினைத்தேன்.

ஆனால் 'நெல்லு' பட ஒளிப்பதிவை நானே செய்யவேண்டும் என்று ராமண்ணன் சொன்னபோது என்னால் நம்பமுடியவில்லை. அன்றுவரை கலர் ஃபிலிம்மில் ஒரு வேலையையும் நான் செய்ததில்லை. அப்படியான என்னை வைத்து 'நெல்லு' போன்ற படத்தைச் செய்வது கஷ்டமானதாக இருக்காதா? இதை ராமண்ணனிடம் சொன்னபோது, அவர் என்னைத் தவிர வேறு யாரையும் கேமராமேனாக வைக்கப்போவதில்லை என்று தீர்மானமாகச் சொல்லிவிட்டார். அந்தளவுக்கு என் திறமைமீது நம்பிக்கை வைத்திருந்தார் அவர். படம் வெளியான பிறகு மிகப் பெரிய வரவேற்பு எனக்குக் கிடைத்தது. இன்னும் சொல்லப் போனால் சினிமாவில் அதுவரை பயன்படுத்தாத, ஒழுங்குபடுத்தப்படாத என் வொர்க்கையெல்லாம்கூட ராமண்ணன் பிரமோஷன் சமயத்தில் பல இடங்களிலும் பயன்படுத்தினார். நிஜமாகவே மிகப்பெரிய மனதுள்ள மனிதர் அவர்.

கேமராவோடு இலக்கைத் தொடங்கிய நீங்கள் இயக்குநரானது எப்போது?

1976 - ல் 'கோகிலா' என்ற படத்தின் மூலமாகத்தான் இயக்குநராக என் பயணத்தை ஆரம்பித்தேன். ஃபிலிம் இன்ஸ்ட்டிடியூட்டில் சேர்ந்தபோதே ஒரு இயக்குநராக வேண்டுமென்பதுதான் என் ஆசை. இடையில் கேமராவையும் பயில முடிந்தது. பிறகு அதுவே ஒரு நேர்த்தியான இணைப்பாக மாறியது.

1971 முதல், நெல்லு, சட்டைக்காரி, பணி முடக்கு(வேலை நிறுத்தம்), சங்கராபரணம், உள்கடல், ராகம், ஜீவிக்கான் மறந்து போய ஸ்திரீ (வாழ மறந்த பெண்) என 5 வருடங்கள் கேமராமேனாகப் பன்னிரெண்டு படங்களில் வேலை பார்த்தேன். நானே கதையெழுதி, இயக்கி, ஒளிப்பதிவும், எடிட்டிங்கும் செய்த முதல் படம் 'கோகிலா'

கமலஹாசனும், ஷோபாவும், ரோஜாரமணியும் என் மனதைப் புரிந்துகொண்டு நடித்த படம் அது. எல்லா தரப்பினராலும் உள்வாங்கிக்

கொள்ளப்பட்ட படம். நிறைய அவார்டுகளை 'கோகிலா' எனக்குப் பெற்றுத் தந்திருக்கிறது. இயக்குநராவது என்ற என் கனவு உச்சத்தில் நிறைவேறிய காலமது.

யாத்ரா, ஓளங்கள், ஊமைக்குயில் என்ற படங்களை இயக்கிய பாலுமகேந்திராவைப் பிறகு மலையாளப் படங்களில் பார்க்க முடியவில்லையே? ஏன்?

இந்தக் கேள்விக்கு ஒற்றைவரி பதில் என்னிடமில்லை. ஏனெனில் நான் ஏன் இங்கிருந்து போனேன் என்பதற்கான பதில் எனக்கும் தெரியாது. யாத்ராவும், ஓளங்களும் என்னுடைய முக்கியமான படைப்புகள். எனக்கு இன்றளவும் மிகவும் பிடித்த படங்கள். அவை மலையாள ரசிகர்களால் நிறைந்த மனதோடு ஏற்றுக்கொள்ளப்பட்டது. யாத்ரா என்ற அந்தப் படத்தில் என் வாழ்வும் இணைந்திருந்தது. கேரளாவில் நான் பார்த்த கிராமியக் காட்சிகள், என் மனதைத் தொட்டு உணர்த்திய நினைவுகள் எல்லாமும்தான் யாத்ராவில் வண்ணங்களாக விரிந்திருந்தது.

மிகவும் எதிர்பாராமல்தான் 'யாத்ரா' படமாக உருவானது. 'யெல்லோ ரிப்பன்' என்ற ஆங்கிலக் கவிதையைத்தான் ஜான் பால் முதலில் என்னிடம் படித்துக் காட்டினார். நீண்ட நாள் சிறைவாசத்திற்குப் பிறகு சிறையிலிருந்து விடுதலையாகும் அவன், தன் காதலியைத் தேடிப் போகிறான். அவளைச் சந்திக்குமிடத்தில் ஒரு மஞ்சள் ரிப்பனை நான் பார்ப்பேனேயானால் அவள் இப்போதும் எனக்காகக் காத்திருப்பாள் என்று மிக நிச்சயமாக நம்புவேன். இல்லையெனில் நான் எப்போதும் தனியனாகவே இருப்பேன் என்று அவன் நினைப்பான். அற்புதமான இந்த ஹங்கேரியக் கவிதையின் ஆங்கில மொழிபெயர்ப்பு தான் 'யெல்லோ ரிப்பன்'

அந்தக் கவிதையின் சாரம் எனக்குப் பிடித்திருந்தது. ஆனால் கேமராவழி பார்க்கும்போது மஞ்சள் ரிப்பன்கள் என்னை அவ்வளவாக ஈர்க்கவில்லை. கேரளாவின் கிராமங்களில் நான் பார்த்த

நாகதேவதைகளின் வழிபாட்டு இடங்களும், மாலைநேர தீபக் காட்சிகளும் எல்லாம் அந்த நிமிடத்தில் மனதிற்கு இசைவாய் வந்து சேர்ந்தது. அதுதான் 'யாத்ரா' படத்தின் கிளைமாக்ஸில் காலங்கள் கடந்தும், தன் காதலி துளசியைத் தேடி அலைந்த உண்ணிக் கிருஷ்ணன் நிறைந்த தீபங்களை எதிர்கொள்வதான காட்சி. ஷோபனாவும் மம்முட்டியும் அதில் அதிஅற்புதமாக நடித்திருந்தார்கள். மிகப்பிரமாதமானதொரு கெமிஸ்ட்ரி அவர்களுக்கிடையே இருந்தது.

மலையாளிகளில் திறமைசாலிகள் நிறையபேர் இருந்தும் உங்களுடைய ஓளங்களில் அமோல் பாலேக்கர்தானே கதாநாயகன்? மனதாரச் செய்த கதாநாயகக் தேர்வுதானா அது?

இல்லை. அமோல் பாலேக்கரை எனக்கு அப்போது நல்ல பழக்கம் இருந்தது. நல்ல நடிகன். ஓளங்களுக்காக நான் தேடின கதாநாயகனின் முகம் அமோலிடம் இருந்தது. நம்மில் ஒருத்தர் போல, next door boy image என்றுகூடச் சொல்லலாம். ஆனால் இப்போது மோகன்லாலை கதாநாயகன் ஆக்கியிருந்தால் எப்படி இருக்கும் என்று யோசிப்பதுண்டு. மலையாளிகளுக்குக் கிடைத்த கடவுளின் வரதான் மோகன்லால். Most talented artist. ஓளங்கள் படம் பண்ணும்போது எனக்கு அவரைத் தெரியாது. லாலின் ஒரு படத்தையும் நான் அப்போது பார்த்ததில்லை. அதை என் துர்பாக்கியம் என்றுகூடச் சொல்லலாம். ஓளங்கள் ஒரு குடும்பத்தில் கணவன் மனைவிக்கிடையிலான தாம்பத்திய பந்தத்தின் ஆழத்தில் எடுக்கப்பட்ட படமானாலும், அதில் நடித்த அமோல் பாலேக்கரும், பூர்ணிமாவும், அம்பிகாவும் அந்தப் படத்தை உச்சத்துக்குக் கொண்டு போனார்கள்.

யாத்ராவும் ஓளங்களும் கொண்டாடப்பட்டபோது என்னுடைய 'ஊமைக்குயில்' கவனிக்கப்படவில்லை. அதிகமாக யாருக்கும் மலையாளத்தில் அப்படியொரு படம் நான் எடுத்ததாய்த் தெரியாது என்று இப்போது தோன்றுகிறது. அதிலும் இந்தத் தலைமுறைக்குக் கொஞ்சமும் தெரியாது என்றே நினைக்கிறேன்.

பாலு மகேந்திராவின் பெயர் விவாதங்களில் அடிக்கடி அடிபடுவதும், நடிகை ஷோபாவுடனான உறவும், அதன் தொடர்ச்சியாக அவருடைய தற்கொலையும் உங்கள் பெயரைக் களங்கப்படுத்தியது. இதுகூட மலையாள சினிமாவில் நீங்கள் நிலைத்து நிற்காமல் போனதற்கான காரணமாக இருக்குமா?

இருக்கலாம். ஷோபாவுடன் எனக்கிருந்த உறவு தவறானது என்று நான் ஒருபோதும் கருதியதில்லை. ஷோபாவை நான் எதற்காகவும் வற்புறுத்தியதில்லை. அவளுக்குத்தான் என்மீது காதல் இருந்தது. அதை முதன்முதலாக வெளிப்படுத்திய கணத்தில் மின்னிய அவளின் முகம் எனக்கிப்போதும் நினைவிலிருக்கிறது. அவளைவிட மிக அதிக வயதுள்ள என்னிடம் தோன்றிய ப்ரியத்தை, நான் அப்போது எதிர்க்க வேண்டியிருந்தது. அதை என் மனசாட்சி தவறில்லை என்றும் சொன்னது. அவள் பாவம். ஏன் தற்கொலை செய்துகொண்டாள் என்று எனக்கு இப்போதும் தெரியவில்லை.

ஷோபாவிற்குப் பிறகு அவருடைய அம்மாவும் தற்கொலை செய்து கொண்டார்கள். இப்போது அந்த உறவு சரியானதில்லை என்கிற குற்றவுணர்ச்சி இருக்கிறதா?

ஒரு போதுமில்லை. சரியென்று மனசாட்சிக்குத் தோன்றியதை மட்டுமே நான் செய்திருக்கிறேன். அதை நான் யாருக்கும் நியாயப்படுத்த வேண்டிய அவசியமில்லை. ஒண்ணு சொல்லட்டுமா? ஒரு நல்ல கலைஞன் எப்போதும் Sensitive ஆகவே இருப்பான். அந்த Sensitiveness அவனை உன்னதமான க்ரியேட்டிவிட்டிக்குக் கொண்டு செல்லும். நானும் அப்படித் தானிருந்தேன். ஒருபோதும் என்னுடைய எமோஷன்ஸை மறைத்து வைத்ததில்லை. ஷோபா ஒரு நல்ல பெண். அதை விடவும் நல்ல நடிகை. நான் மலையாளம் கற்றுக்கொள்ள அவள் மிகவும் உதவியிருக்கிறாள். எனக்குக் குடும்பமும் குழந்தையும் இருப்பது தெரிந்தேதான் அவள் என்னைக் காதலித்தாள். என்

குடும்பத்தை வஞ்சிப்பதற்கு என்னாலும் முடியவில்லை. அதுதான் நிஜம்.

உங்களுடைய நண்பரும் இயக்குநருமான கெ.ஜி.ஜார்ஜ், ஷோபா பாலுமகேந்திராவின் உறவை வைத்து எடுத்த 'லேகயுடை மரணம் ஒரு ஃப்ளாஷ்பேக் ' என்ற படத்தைப் பார்த்திருக்கிறீர்களா?

இந்த நிமிடம் வரை பார்க்கவில்லை. அந்தப் படத்தில் ஷோபாவைக் கொலை செய்தவனாகத்தான் என்னைச் சித்திரித்திருக்கிறார்கள் என்று பலரும் என்னிடம் சொல்லியிருக்கிறார்கள். (தற்கொலை ஒரு விதத்தில் கொலை தானே?) ஜார்ஜ் எனக்கு மிகவும் நெருக்கமானவன். இருந்தும் அப்படி ஒரு படத்தை அவன் எடுத்தபோது எனக்குக் கோபம் வரவில்லை. மறுப்பு சொல்லவும் தோன்றவில்லை. அதனால் பலரும் எனக்குக் குற்றவுணர்ச்சி இருக்கிறதென்று நினைத்திருக்கலாம். என்னுடன் இருப்பார்கள் என்று மனதளவில் உணர்ந்த பலரும் என்னைத் தனிமைப்படுத்தினார்கள். அதெல்லாம் என்னை இப்போதுகூட சங்கடப்படுத்தவில்லை. ஷோபாவின் இறந்த உடலைப் பார்க்க நானும் போயிருந்தேன். அப்போது நான் அனுபவித்த வேதனை எத்தனை ஆழமானது என்று சொல்ல முடியாது. (சிறிதுநேரம் நிசப்தனான அவரின் இமைகளில் ஈரம் படர்ந்தது) இன்னக்கி இருந்திருந்தாங்கன்னா மிகப் பெரிய நடிகையாயிருப்பாங்க...நிஜம்...

இது ஒரு பாவமன்னிப்பு வேண்டுதலா?

எதற்காக? நான் தவறு செய்திருந்தால்தானே! ஷோபாவிடம் ஒருபோதும் நான் தவறாக நடந்து கொண்டதில்லை. ஷோபாவிடம் மட்டுமல்ல, எந்தப் பெண்ணிடமும் நான் தவறாக நடந்து கொண்டதில்லை. சில நட்சத்திரங்களைப் பார்த்திருக்கிறோமில்லையா? அதீத ப்ரகாசத்துடன் அவை வானில் மின்னி மறையும்.

அதுபோலத்தான் ஷோபாவும். குறைந்த காலங்களே வாழ்ந்து உயரங்களைத் தன் வயப்படுத்த, கீழடக்க அவளால் முடிந்திருந்தது. நான் எடுத்த 'மறுபடியும்' என்ற படத்தில் இந்தப் பேரிழப்பைப் பதிவு செய்தேன். அறம் பாடுதல் என்பது போல. ஆனால் என் வாழ்க்கையில் என்னை ஆகர்ஷித்த, என்னை நானாக்கிய ஒவ்வொரு பெண்ணுக்கும் நான் அந்தப் படத்தைச் சமர்ப்பிக்கிறேன்.

மலையாளப் படங்களை இப்போதும் பார்க்கிறீர்களா?

என்னுடைய ஆரம்பம் மலையாளத்திலிருந்துதான். ராமு காரியத், பரதன், வி.என்.மேனோன், பத்மராஜன் போன்ற திறமைசாலிகளான எத்தனையோ இயக்குநர்கள் மலையாளத்தில் இருந்தார்கள். அவர்கள் தங்கள் படத்தில் வாழ்க்கையை உள்ளடக்கிய கதைகளை எடுத்திருந்தார்கள். ஆனால் இன்றைய மலையாள சினிமாவின் வடிவமும் பாவமும் மாறிப் போயிருக்கிறது. தமிழ், தெலுங்குப் படங்களில் பார்க்கிற அதே அடர்ந்த நிறமும், டப்பாங்குத்தும், ஆக்‌ஷனும் அப்படியே மலையாளப் படத்திலும் பறித்து நடப்படுகிறது. இந்த மாற்றம் மலையாள சினிமாவிற்கு ஏற்றதல்ல. நாம் பார்த்ததும் கேட்டதும், அறிந்ததுமான கலாச்சாரப் பிரதிபலிப்பு அல்ல இன்றைய மலையாள சினிமா. ஒரு வருடம் கேரள மாநில அவார்டுகள் தேர்ந்தெடுக்கும் நடுவராக இருந்தபோது இதைச் சுட்டிக் காட்டினேன். கடந்த 10 வருடங்களில் பார்த்ததில் எனக்கு மிகவும் பிடித்த மலையாளப் படங்கள் ஷ்யாம் ப்ரசாத்தின் 'ஒரே கடல்', எம்.டி.யின் 'நீலத்தாமரை' மட்டுமே.

உங்கள் படத்தின் அழகான கதாநாயகிகளைப் பற்றி என்ன சொல்கிறீர்கள்?

(சத்தமிட்டுச் சிரிக்கிறார்) அழகு என்று நான் நினைப்பது, பார்க்கக் கிடைக்கிற அழகை அல்ல. அது மனதின் எண்ணம் என்றுகூடச் சொல்லலாம். என்னுடைய படங்களின் கதாநாயகிகள் எல்லாம்

திறமைசாலிகளாக இருந்தார்கள். ஷோபனா, பூர்ணிமா, அம்பிகா, ஸ்ரீதேவி, மாதவி, ஷோபா, ரேவதி, ரோஹிணி, அர்ச்சனா என எல்லோரும். அவர்களுடன் நல்ல நட்பு எனக்குண்டு. ஓர் இயக்குநர் என்ற நிலையில் மட்டும் பழகினால் அது ஆர்ட்டிஸ்ட்டுகளுக்கு மத்தியில் அனாவசியமான ஓர் இடைவெளியை ஏற்படுத்தும். அதில்லாமல் ஒரு நண்பனாய் சமீபிக்கும்போது அதில் இன்னும் சௌகரியமாக இருக்கும்.

என்னுடைய கதாநாயகிகளைப் பற்றி நினைத்துப் பார்க்கும்போது மனதிற்கு மிகவும் நெருக்கமானவர் ஸ்ரீதேவிதான். 'மூன்றாம் பிறை' எடுக்கும்போது ஸ்ரீதேவியைக் கதாநாயகி ஆக்கியதற்காகப் பலரும் என்னைக் குற்றம் சொன்னார்கள். ஏனென்றால் ஸ்ரீதேவி அப்போது தமிழ் மக்களின் ரதி பிம்பம். மூன்றாம் பிறையில் என் கதாபாத்திரமோ ஆறு வயதுக் குழந்தையுடைய குறும்புதனங்கள் நிறைந்ததாக இருந்தது. கண்களில் ஆச்சரியமும், குறும்பும் ஒளித்துவைத்த பெண். சிணுங்கும்போது பாவாடை முனையைக் கடிக்கும் பெண். பருவமடைந்த ஓர் ஆணின் வாழ்க்கையில் அவள் நுழையும்போது ஏற்படும் ருசிகரமான அனுபவங்கள்தான் கதை. அந்தப் பெண் அழகியும், உடல்வாகுள்ளவளுமாக இருக்கும் பட்சத்தில் ஆணின் இதயத்துடிப்பு அதிகரிக்கும். இங்கே ஸ்ரீதேவியும் கமலஹாசனும்தான் இந்தப் பாத்திரங்களைச் செய்திருந்தார்கள்.

ஷூட்டிங் ஆரம்பித்த ஆரம்ப நாட்களில் ஸ்ரீதேவியால் இந்தக் கதபாத்திரமாய் மாற முடியவில்லை. அதற்கு முன்பு அப்படியொரு கதாபாத்திரத்தில் அவர் நடித்ததில்லை என்பதுதான் அதற்குக் காரணம். அந்தக் கதாபத்திரத்தில் நடிக்க, தான் மிகவும் சிரமப்படுவதாக ஸ்ரீ என்னிடம் பகிர்ந்து கொண்டார். அதற்குப் பிறகு நாங்கள் நிறைய நேரம் கலந்து பேசினோம். கதாபாத்திரத்திற்கான மாற்றத்தை நான் புரிய வைத்தபோது ஒரு குழந்தையைப் போல அதைப் புரிந்து கொண்டார். அதன் பிறகான ஸ்ரீயுடைய நடிப்பு பிரமாதமாக இருந்தது. கமல், 'பாலு

இதை எப்படிச் சாத்தியப்படுத்தினீர்கள்?' என்று கேட்டார். இப்போதும் அந்த ரகசியம் கமலஹாசனுக்குத் தெரியாது. மூன்றாம் பிறையின் ஸ்ரீதேவியாகத்தான் நான் ஷோபாவைப் பார்க்கிறேன். அனுபவத்தால் பக்குவமடைந்த என்னுடைய வாழ்க்கைக்குள் தெரிந்துகொண்டே எனக்குள் உட்புகுந்த ஒரு சாதுவான பெண்.

ஒரு சினிமாவின் வெற்றிக்கு சூப்பர் ஸ்டார்ஸ் அவசியந்தானா?

நான் அப்படி நினைக்கவில்லை. சினிமா கவனிக்கப்பட வேண்டியது அதன் அழுத்தமான கதையினால் தான், நடிகர்களின் ஈர்ப்பினால் அல்ல. என் படங்களில் நான் அதிகமாகப் பயன்படுத்தியது புதுமுகங்களைத்தான். அதேசமயம் ரஜினிகாந்த், கமலஹாசன், மம்முட்டி என முக்கியமான நடிகர்களும் என் படங்களில் நடித்திருக்கிறார்கள். அப்போதெல்லாம் இயக்குநர் என்ற நிலையில் நான் மட்டுமே முக்கியமானவனாக இருந்திருக்கிறேன். 'யாத்ரா' என்ற படத்தில் ரஜினிதான் நடிப்பதாக இருந்தார். தமிழில்தான் அப்படத்தை எடுக்க வேண்டும் என்று இருந்தேன். கதை ரஜினிக்கு மிகவும் பிடித்திருந்தது. 'யாத்ரா'வில் மம்முட்டிக்குத் தலை மொட்டை அடிக்க வேண்டிய ஒரு காட்சி இருந்தது. ரஜினியால் அப்போது மொட்டை அடித்துக்கொள்ள முடியவில்லை. அப்படிச் செய்தால் ரசிகர்கள் ஏற்றுக்கொள்ள மாட்டார்கள் போன்ற எதற்கும் உதவாத நியாயங்களைச் சொன்னபோது நான் அதற்குமேல் வற்புறுத்தவில்லை. வேண்டுமானால் ரஜினி ரசிகர்களைத் திருப்திப்படுத்தி 'யாத்ரா'வைத் தொடர்ந்திருக்கலாம். ஆனால் படத்தின் ஜீவன் தொலைந்து போயிருக்கும். அப்படித்தான் 'யாத்ரா'வுக்கு மம்முட்டி நாயகன் ஆனார். அந்தப் பாத்திரத்தோடு மம்முட்டி மிகவும் பொருந்தியிருந்தார். படம் வெளியானவுடன் ரஜினி பார்த்துவிட்டு "பாலு, எனக்கு ஏற்பட்ட மிகப் பெரிய இழப்பு இது" என்று வேதனைப்பட்டார்.

இயக்குநர், கேமராமேன், எழுத்தாளன் இதில் மிகவும் பிடித்த ரோல் எது?

எழுத்தாளன்.

எழுத்தாளன் என்று தீர்மானமாகச் சொல்லுவேன். பதினாறு வயதில் நான் எழுதிய கதை ஸ்ரீலங்காவின் ஒரு பத்திரிக்கையில் வந்திருந்தது. 'வஸிங்ஹல்' என்பதுதான் கதையின் பெயர். ஒரு சின்னப் பையனுக்கும் பருவமெய்திய பெண்ணுக்கும் இடையிலான உடல்ரீதியான உறவைப் பற்றிய கதை அது. அவளுக்கு ஒரு காதலும் உண்டு. ஒரு விடுமுறை நாளில் அவளை அக்கா என்று கூப்பிடும் அந்தப் பன்னிரெண்டு வயதுச் சிறுவன் வீட்டிற்கு வருகிறான். அவர்களுக்கிடையில் ஒரு உறவு ஏற்பட்டிருந்தாலும் அது அவர்களுக்குத் தவறாகத் தோன்றவில்லை. ஏனென்றால் மற்ற எல்லா உணர்வுகள் போலவும் திருப்திப்படுத்த வேண்டியதுதான் செக்சும். 'வஸிங்ஹல்' என்றால் வெட்டிக் குறைத்தல் என்றுதான் அர்த்தம். அணையில் நீரைத் தேக்கி நிறுத்துவோம் இல்லையா? அது நிறையும் போது ஷட்டரைத் திறந்துவிட வேண்டும். இல்லையென்றால் மிக மோசமான சேதம் ஏற்படும். அதுபோலத் தான் செக்சும். அந்தக் கதைக்கு என் வாழ்வுடன் மிகுந்த நெருக்கமிருந்தது. கதை எனக்கு மிகவும் பிடித்திருந்தது. என் படங்களுக்கெல்லாம் கதை எழுதியது நான்தான். என் கதை பூர்த்தியாகும்போது என் சினிமாவும் பூர்ணமாகும் என்பதுதான் நிஜம்.

முதுமை உங்களை மிகவும் மாற்றியிருக்கிறது. ஆனால் என்றும் அந்தத் தொப்பி உங்களுடைய தலையில் அதேபோல நிலைத்திருக்கிறது. தொப்பியோடு அத்தனை அளவுகடந்த உணர்வு பூர்வமான பந்தமென்று ஏதேனும் இருக்கிறதா?

சில வருடங்களுக்கு முன்பு சினிமா சங்கங்களின் வேலை நிறுத்தப் போராட்டம் நடந்த காலத்தில் நான் தொப்பி அணிவதை

நிறுத்தியிருந்தேன். அப்போது என்னைப் பார்த்த பாரதிராஜாவும், கமலஹாசனும், ரஜினிகாந்தும் ''பாலு, தொப்பி இல்லாத நீங்க முழுமையடையாம இருக்கீங்க. நாமெல்லாம் இருப்பது ஒரு கிளாமர் உலகத்தில்தான். இங்கே நீங்க ஷோமேன் மட்டுமே. அதனால் தொப்பியை எடுக்கக் கூடாது'' என்று சொன்னார்கள். இயக்குநராக இயங்கியபோது வெயிலிலிருந்தும், தூசியிலிருந்தும் என்னைக் காப்பாற்றிக் கொள்ளவே தொப்பி அணிய ஆரம்பித்தேன். பிறகு முடி கொட்ட ஆரம்பித்தபோது அதை மறைக்க அதுவே பயன்பட்டது. நான் இப்போது பயப்படுவதெல்லாம் எம்.ஜி.ஆரைப் போல என்னையும் என் மரணத்திற்குப் பிறகு தொப்பியோடேயே அடக்கம் செய்துவிடுவார்களோ என்றுதான்.

(சிரித்தபடியே இவ்வுரையாடலை நிறைவு செய்கிறார்.)

மலையாளம் மூலம்-அஸ்வதி கிருஷ்ணா
தமிழில்-கே.வி.ஷைலஜா